வைகை நதி நாகரிகம்

வைகை நதி நாகரிகம்

கீழடி குறித்த பதிவுகள்

சு.வெங்கடேசன்

விகடன்
பிரசுரம்

Title
VAIKAI NATHI NAKARIKAM
© SU.VENKATESAN

ISBN : 978-81-8476-785-8

விகடன் பிரசுரம்: **1021**

நூல் தலைப்பு:
வைகை நதி நாகரிகம்

நூல் ஆசிரியர்:
© சு.வெங்கடேசன்

ஓவியங்கள்:
ஸ்யாம்

புகைப்படங்கள்:
ஸ்ரீராம் ஜனக், கே.ராஜசேகரன், வீ.சக்தி அருணகிரி, ஆ.நந்தகுமார்

முதற்பதிப்பு : **டிசம்பர், 2017**
பத்தாம் பதிப்பு : **அக்டோபர், 2025**
விலை : **₹ 210**

பதிப்பாளர்:
பா.சீனிவாசன்

துறைத் தலைவர்:
எம்.அப்பாஸ் அலி

முதன்மைப் பொறுப்பாசிரியர்:
அ.அன்பழகன்

தலைமை உதவி ஆசிரியர்:
ப.சுப்ரமணி

தலைமை வடிவமைப்பு:
மா.முகமது இம்ரான்

விகடன் பிரசுரம்
757, அண்ணா சாலை, சென்னை-600 002.

மொபைல்: 80560 46940 / 95000 68144
Website: http://books.vikatan.com
e-mail: books@vikatan.com

பதிப்புரை

வைகை நதி நாகரிகம்!

ஒரு நகரத்தைப் பற்றியும் அங்கு நிலவிய ஒரு நாகரிகத்தையும் பற்றியது.

எழுத்துகள், ஆவணங்கள், சான்றுகள், மரபுகள், சாட்சியங்கள், இலக்கியங்கள், காப்பியங்கள், ஆய்வுகள் யாவும் ஆதி மரபை நினைவுபடுத்தி, 2400 ஆண்டுகள் பழைமையான நம் நாகரிகத்தின் அடையாளத்தைப் பதிவு செய்கிறது.

பாண்டிய, சேர, சோழர்களின் செல்வச் செழிப்பான வாழ்வைக் கண்டறிவதோடு கீழடி, தேனூர் அகழாய்வில் கண்டெடுக்கப்பட்ட ஆவணங்கள்வழி யாரும் அறியாத பல தகவல்கள் ஆனந்தவிடனில் கட்டுரையாக வெளியாகி அவற்றை மக்கள் அறிந்துகொண்டனர்.

நம் பழம்பெரும் வரலாற்றை நாம் அறிய முற்படுவதும் இவற்றை வைத்துத்தான். காப்பியங்களைப் படித்த நாம் காப்பியங்களுக்குள் சென்று காணும் சூழலை இந்த நூல் ஏற்படுத்துகிறது. ஆதி மனிதன் ஓவியத்தின் வழியாக தனக்கான வாழ்வு நெறிகளை வகுத்துக்கொண்டான். அந்த ஓவியத்தைச் சுண்டக் காய்ச்சி எடுத்த வடிவமான எழுத்துகள்தாம் பழம்பெருமை பேசுகின்றன. இன்று நாம் சுலபமாக உரையாடும் எழுதும் வடிவத்துக்கு அவைதான் தாய் எழுத்துகள்.

வளர்ந்த நாகரிகத்தின் பழைமையான சாட்சியங்கள் பாறை ஓவியங்கள்தான். பல நூற்றாண்டைக் கடந்தும் ரோமானியக் கப்பல்கள் இருந்ததற்கான சான்றாக பானையின் கோட்டோவியங்கள் இருக்கின்றன. ஒவ்வொரு நாட்டு வணிகமும் எவ்வாறு, எப்படி நடந்தது என்பதைப் பற்றியும் ரோமாபுரியைச் சேர்ந்த மண்பாண்டங்களும் வட இந்திய பிராகிருதப் பெயர்களுமாக வணிகமும் பண்பாடும் கைகோத்து நடந்த பெருநகரமாக விளங்கியது மதுரை மாநகரம் என்பதையும் அழுத்தமாகப் பதிவு செய்திருக்கிறார் நூல் ஆசிரியர் சு.வெங்கடேசன்.

காவியத்தில் வருகிற குறிப்புகளை வைத்து, அகழாய்வு நடத்தி கண்டறியப்பட்ட நகரத்தையே பூர்வீகப் பெயர்கொண்டு குறிப்பிட்டது ஏன்? காப்பியங்களின் வழி கிடைத்த நிலக்குறிப்பை அடிப்படையாக வைத்து மண்ணுக்குள் இருக்கும் நகரை ஆய்வாளர்கள் என்னவென்று குறிப்பிட்டார்கள் என்பன போன்ற கேள்விகளுக்கு விடை தருவதோடு, பழங்கால வைகை நாகரிகத்தை நம் கண்முன் காட்டும் அரிய பொக்கிஷம் இது.

முன்னுரை

வைகை மற்றும் மதுரை ஆகிய இரு சொற்களும் தமிழ்ச் சமூகத்தின் ஆதிநினைவைச் சுட்டுபவை. உலகின் பழைமையான பேரிலக்கியத் தொகுதிகளில் ஒன்றான சங்க இலக்கியம், இச்சொற்களை தனது விதை நெல்லாகவே பேணுகிறது. 'தமிழ்வைகை' என்று இந்நதியோடு மொழியை இணைத்துப் பேசுகிறது.

ஆனால், இதுவரை வைகைக் கரையிலோ அல்லது மதுரையை மையப்படுத்தியோ விரிவான அகழாய்வு நிகழ்த்தப்படவில்லை. முதன்முறையாக அது நிகழும்போது வியப்பு கலந்த ஆர்வத்துடனே அந்நிலம் நோக்கிப் போனேன். அமர்நாத் ராமகிருஷ்ணன் குழுவினரோடு பல நாட்களை செலவிட்டேன். மண்ணுக்குள் அகழ்ந்து நுழையும் உயிரினம் போல அவர்கள் காலத்தை அகழ்ந்து உள்நுழைந்து கொண்டிருந்ததை அருகிருந்து அவதானித்தேன்.

பழந்தமிழ் இலக்கியம் வைகை குறித்தும், மதுரை குறித்தும் பேசிய எண்ணிலடங்கா சொற்கள் இன்றைய மதுரையின் மீது பொருந்தி அமராமல் காற்றில் மிதந்தபடியே இருப்பதை பல முறை உணர்ந்துள்ளேன். ஆனால், அச்சொற்கள் எல்லாம் கீழடியின் அகழாய்வுக் குழிக்குள் புதையுண்டிருந்த நகரத்தின் மீது தன்னியல்பில் போய் அமர்ந்தன.

ஓர் எழுத்தாளனாக அவ்வுணர்வையும், அவ்வறிவையும், அவதானிப்பையும், அவ்வப்போது எழுதி வந்தேன். கீழடியின் முதலாமாண்டு அகழாய்வு கண்டுபிடிப்புகள் மேலெழுந்த போது ஆனந்தவிகடன் இதழில் 'வைகை நதி நாகரிகம்' என்ற தலைப்பில் தொடர் கட்டுரை எழுதினேன். கீழடியில் நிகழும் அகழாய்வு பற்றியும், அதன் கண்டுபிடிப்புகள் பற்றியும் பரந்த வாசகர்களின் கவனத்துக்கு அக்கட்டுரைகள் கொண்டு சென்றன. அடுத்தடுத்த ஆண்டுகளும் அகழாய்வு நடந்தது.

கீழடி தன்னுள்ளிருந்த ஆதாரத்தின் வழியே தனது எதிரிகளை நோக்கி கண்டுபிடிப்பாளர்களை அழைத்துச் சென்றது. மூன்றாண்டு ஆய்வுகள் தமிழகத்தின் மிக முக்கிய பேசுபொருளாக மாறியது. அறியப்பட்ட வரலாற்றின் மீதான வலிமை மிகுந்த கேள்விகளையும் எழுப்பியது.

சட்டமன்றம், நாடாளுமன்றம், நீதிமன்றம் என எல்லா இடங்களில் இருந்தும் அகழாய்வுக் குழிகளை எட்டிப்பார்த்தபடி இருந்தனர். அக்கறையான குரல் உரத்து ஒலித்தாலும், அதிகாரத்தின் குரல் குதர்க்கமான வேலையைச் செய்து ஆய்வுப்பணியினை முடக்கியது.

கீழடி கண்டறியப்பட்டுவிட்டது. இனி இதனை மறைக்க முடியாது. இந்நிலத்தில் விரிவான அகழாய்வினை நடத்தும் முடிவினை அரசுகள் எடுத்தே ஆகவேண்டிய நிலையை மக்கள் உருவாக்குவார்கள்..

அதுவரை பொறியை அணையவிடாமல் காத்து நிற்பது நம் அனைவரின் கடமை. அவ்வாய்வினை பெரும் அர்ப்பணிப்போடு நிகழ்த்திய திரு. அமர்நாத் ராமகிருஷ்ணன் அவர்களுக்கு இந்நூலினை சமர்ப்பிப்பதன் மூலம், எளிய கைம்மாறினைச் செய்கிறேன். இவ்வாய்வில் ஈடுபட்ட ஆய்வாளர்கள் மற்றும் ஆய்வு மாணவர்கள், நிலம் தந்துதவிய விவசாயிகள் அனைவருக்கும் நன்றி சொல்வது நமது கடமை. இவர்கள் யாவரும் இப்பணியின் முக்கியத்துவத்தை அறிந்து தங்களை உணர்வுபூர்வமாக ஒன்றிணைத்துக்கொண்டவர்கள். இவ்வாய்வுப் பணியில் தொடர்ந்து ஈடுபாடு காட்டிவந்த நண்பர் மதன் கருப்பையா மற்றும் கோ.சுந்தர்ராஜனுக்கு எனதன்பு. வைகை நதி நாகரிகம் தொடருக்கு தனது ஓவியத்தின் மூலம் மெருகூட்டிய ஸ்யாம் மற்றும் புகைப்படக் கலைஞர்களுக்கும் எனது நன்றி.

– சு.வெங்கடேசன்

15 டிசம்பர், 2017

சு.வெங்கடேசன்

மதுரையைச் சேர்ந்தவர். மனைவி: கமலா, குழந்தைகள்: யாழினி, தமிழினி. நான்கு கவிதை நூல்களும், இரண்டு ஆய்வு நூல்களும், ஏழு சிறு நூல்களும் எழுதியுள்ளார்.

காவல் கோட்டம் இவரது முதல் நாவல். பத்தாண்டுகால உழைப்பில் உருவான மிகச்சிறந்த வரலாற்றுப் படைப்பான இந்த நாவலுக்கு, 2011-ம் ஆண்டுக்கான சாகித்ய அகாடமி விருது கிடைத்தது. முதல் நாவலுக்கு சாகித்ய அகாடமி விருதுபெற்ற முதல் எழுத்தாளர். தமிழின் முதல் கிராஃபிக் நாவலான சந்திரஹாசத்தின் ஆசிரியர்.

தமிழ்நாடு முற்போக்கு எழுத்தாளர் - கலைஞர்கள் சங்கத்தின் பொதுச் செயலாளராகப் பொறுப்பு வகிக்கிறார்.

இந்த நூல்...

அமர்நாத் ராமகிருஷ்ணன் அவர்களுக்கு...

1

ஒரு காட்சியை, கற்பனை செய்து பாருங்கள்... ஒரு வீட்டுக்குள் உட்கார்ந்து இரண்டு பெண்கள் தாயம் விளையாடுகிறார்கள். அவர்களில் ஒரு பெண், கழுத்தில் முத்துமணி மாலை அணிந்திருக்கிறாள். தூய வெண்ணிற முத்துக்களின் ஒளி, வீடு முழுவதும் சிதறியபடி இருக்கிறது. அது போதாது என, காதுகளில் பளிங்கால் ஆன பாம்படம் அணிந்திருக்கிறாள், அது முத்துமணி மாலையின் ஒளியையும் விஞ்சுகிறது. அவளோடு எதிரில் உட்கார்ந்து விளையாடிக்கொண்டிருப்பவளோ, தன் கழுத்தில், ஆப்கானிஸ்தானில் கிடைக்கும் மூலப்பொருளைக் கொண்டு செய்யப்படும் சூது பவளத்தால் ஆன *(Carnelian)* மணிமாலை அணிந்திருக்கிறாள். அதன் அழகு எல்லையற்றதாக இருக்கிறது. இருவரும் விளையாடிக்கொண்டிருக்கும்போது தாகம் எடுக்கிறது. உள்ளே இருக்கும் சிறுமியிடம்

நீர் கொண்டுவரச் சொல்கிறார்கள்.

வீட்டுக்குள் இருக்கும் சிறுமி, ஓடோடி வந்து ரோமானியக் குவளையில் தண்ணீர் கொடுக்கிறாள். கொடுப்பவளின் கையில் சித்திரம் வரையப்பட்ட சங்கு வளையல் சரசரக்கிறது. அவர்கள் தண்ணீரை வாங்கிக் குடித்துவிட்டு மீண்டும் தாயக்கட்டைகளை உருட்டுகிறார்கள். அவர்களின் உள்ளங்கையில் இருந்து உருளும் தாயக்கட்டைகள் தந்தத்தால் செய்யப்பட்டிருக்கின்றன.

சுமார் 2,500 வருடங்களுக்கு முன்னர் மதுரையில் அரங்கேறியது இது என்றால், நம்புவீர்களா? ஆனால், இந்தப் பொருட்கள் அத்தனையும் மதுரையில் இப்போது நடக்கும் அகழாய்வில் கிடைத்திருக்கின்றன. ஒரு சங்க காலக் குடியிருப்புக்குள் நம் கற்பனைக்கு எட்டாத ஒரு வாழ்வை 2,500 ஆண்டுகளுக்கு முன்பே வாழ்ந்திருக்கிறார்கள் மதுரை மாந்தர்கள். இங்கு கண்டெடுக்கப்பட்ட பொருட்கள் ஏற்படுத்தும் ஆச்சர்யத்தைவிட, கூடுதல் ஆச்சர்யத்தை ஏற்படுத்தும் செய்தி ஒன்று உண்டு. அதுதான் அகழாய்வு நடக்கும் இடம்.

தென்னந்தோப்புக்குள் நடக்கும் அகழாய்வாக இந்த இடம் இருந்தால், நமது வியப்பு ஒரு கட்டுக்குள் அடங்கும். ஆனால், நமது வியப்பு கட்டுக்குள் அடங்காதபடி மேலெழக் காரணம், பாண்டியர்களின் பழைய தலைநகர் எனச் சொல்லப்படும் மணலூரின் கண்மாய்க்கரை மேட்டில்தான் இந்தத் தென்னந்தோப்பு அமைந்திருக்கிறது என்பது.

காலத்தின் கரங்களால் இறுகப் பூட்டப்பட்ட மதுரை

தென்னந்தோப்புக்கு நடுவில் அகழாய்வு நடைபெறும் இடம்

என்ற ஓர் ஆதி ரகசியத்தின் கதவை, தென்னந்தோப்பின் காற்று மெள்ள அசைத்துப் பார்க்கிறது.

நாமும் அந்தக் காற்றின் வழி பயணிப்போம்!

மதுரை என்றாலே சவால்களுக்குப் பஞ்சம் இருக்காது. அதுவும் இன்று... நேற்று அல்ல, 2,000 ஆண்டுகளுக்கு முன்பு, ஒருவன் உலகம் முழுவதும் இருக்கும் நகரங்களைப் பார்த்து ஒரு சவால்விட்டான்.

'ஒரு துலாக்கோளைக் கொண்டுவாருங்கள். அதன் ஒரு தட்டில், இந்த உலகத்தில் இருக்கும் அனைத்து நகரங்களையும் வையுங்கள். இன்னொரு தட்டில், மதுரையை மட்டும்

வையுங்கள். பெருமையும் சிறப்பும் காரணமாக மதுரை இருக்கும் தட்டே கனம் தாங்காமல் கீழ் இறங்கும்' என்றான்.

'என்ன இது... உலக நகரங்களை எல்லாம் சேர்த்தாலும் மதுரையின் புகழுக்கு ஈடு ஆகாதா?!' எனக் கோபம்கொள்ளத் தேவை இல்லை. மதுரை என்பது, ஈடு-இணையற்ற ஒரு நகரம் என்பதற்கான அறிவிப்பை, கம்பீரத்தோடு அவன் வெளியிட்டிருக்கிறான். இந்த நகரத்தை அவன் எவ்வளவு நேசித்திருந்தால், இப்படி ஓர் அறிவிப்பை வெளியிட்டிருப்பான் என யோசித்துப்பாருங்கள். இந்த அறிவிப்பைத் தாங்கிய கவிதையை, இத்தனை ஆயிரம் வருடங்களாக, தமிழ்ச் சமூகம் பாதுகாத்து வருகிறது என்றால், இந்தச் சமூகத்துக்கு மதுரையின் மீது இருக்கும் மதிப்பை எண்ணிப்பாருங்கள்.

பரிபாடலில் ஆறாவதாக இடம்பெற்றுள்ள இந்தப் பாடல், மதுரையைப் பற்றிய கவிதை அல்ல; கனவு. இவ்வளவு பெரிய கனவை உருவாக்கி, அதைக் காத்துவரும் திறன் மதுரைக்கு உண்டு. ஏனென்றால், மதுரை என்பது ஒரு நகரத்தின் பெயர் மட்டும் அல்ல; தமிழ் மொழியின், தமிழ்ப் பண்பாட்டின், தமிழ் இலக்கியத்தின் முகம். அது நிலத்தைக் குறிக்கும் சொல்லாக மட்டும் அல்லாமல், தமிழர்களின் நினைவைக் குறிக்கும் சொல்லாகவும் இருக்கிறது.

உலகின் மிக மூத்த அரச குலங்களில் ஒன்று பாண்டிய அரச குலம். தமிழ்நாட்டை சங்ககாலம்தொட்டே சேர, சோழ, பாண்டியர் எனும் மூவேந்தர்கள் ஆள, மூவரில் மூத்தோனாக, பழையோனாகப் பாண்டியனே இருந்தான். இதன் காரணமாகவே மற்ற இருவரும் பாண்டியர்கள் மீது பொறாமைகொள்ளவும் பகை வளர்க்கவும் செய்தனர். பாண்டியர்களின் தலைநகராக மதுரை இருக்க, பாண்டிய மன்னனுக்கு உரியது வேப்பம் பூ மாலை என ஈராயிரம் ஆண்டுகளுக்கு முற்பட்ட சங்க இலக்கியங்கள் சொல்கின்றன. இன்றளவும் மதுரையின் அரசி மீனாட்சிக்கு, திருநாளில் வேப்பம் பூ மாலைதான் சூடப்படுகிறது. காலத்தின் மிக நீண்ட ஓட்டத்தில், தனது அடையாளங்களையும் மரபுகளையும் உதிர்த்துவிடாமல் மதுரை காத்துவருகிறது.

ஆன்மிக மரபில், மீனாட்சிதான் மதுரையின் அரசி என்பது எல்லோருக்கும் தெரியும்; ஆனால், மீனாட்சியின் கணவன்

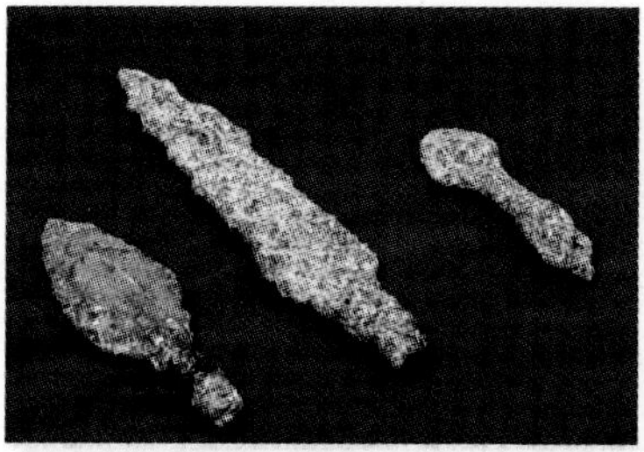

ஈட்டி முனைகள்

தந்தத்தாலான தாயக்கட்டை

சொக்கநாதன் மதுரையின் அரசன் அல்ல; மீனாட்சியின் கணவன் மட்டுமே என்பது பலருக்குத் தெரியாது. இந்த வியப்பூட்டும் செய்திக்குப் பின்னால் இருக்கும் உண்மை என்னவென்றால், உலகெங்கும் ஆதி சமூகத்தின் தலைமை பெண்களிடம்தான் இருந்தது. பின்னர்தான் ஆணிடம் வந்தது. அந்த ஆதி காலம்தொட்டு இந்த நகர் தனது ஞாபக எச்சங்களை இழக்காமல் இன்றுவரை காத்துவருகிறது.

இவ்வளவு நீண்ட காலபரப்பில் இந்த நகரைப் பற்றி எவ்வளவோ இலக்கியங்கள் தொடர்ந்து பேசிவருகின்றன. விந்தியமலைக்கு தெற்கே புகழ்பெற்ற நகராக மதுரை இருந்ததைப் பற்றி வால்மீகி வர்ணிக்கிறார். திரௌபதியின் சுயம்வரத்தில் பாண்டிய அரசன் கலந்துகொண்டதாக வியாசன் எழுதுகிறார். வாத்ஸாயனரும், கௌடில்யரும், காளிதாசனும் இந்த நகரை வியந்து பாடுகின்றனர். கடல் கடந்த தேசங்களிலிருந்து பயணிகள், காலம்தோறும் இந்த நகருக்குள் வந்தவண்ணமே இருந்துள்ளனர்.

சங்க இலக்கியங்களில் பாடல் எழுதிய பலரும், இந்த நகரைச் சார்ந்தவர்களே. அதன் கோட்டைச்சுவர்களை, காவல் வீரர்களின் கைகளில் ஒளிரும் ஆயுதங்களை, நாள் அங்காடிகளில் நடக்கும் வணிகத்தை, நகரத்தின் மீது கவியும் இரவை, வைகையின் படித்துறையில் சலசலக்கும் நீர் ஓசையை... என ஒன்றுவிடாமல் நவீனக் கருவிகொண்டு செய்யப்படும் ஒளிப்பதிவுபோல பரிபாடலும் மதுரைக் காஞ்சியும் பதிவுசெய்துள்ளன. இதன் பிரம்மாண்டத்தை, சிலப்பதிகாரம் விரித்துக்காட்டியுள்ளது.

தேவாரம் பாடிய மூவரும், ஆழ்வார்கள் பலரும் இந்த நகரைப் பாடியுள்ளனர். 'திருவிளையாடற்புராணம்' இந்த

தோண்டப்படும் அகழாய்வுக் குழி

நகரை உச்சியில் ஏற்றிக் கொண்டாடுகிறது. அது இந்த நகரத்தின் மண்ணை சிவன் சுமந்தான் எனக் கூறுகிறது. இந்த நாடு முழுவதும் சைவ மதம் இருந்தாலும், சைவ மதத்தின் மூலக்கடவுளான சிவன், மதுரையின் மண்ணைச் சுமந்தான் என, சைவ இலக்கியங்களே பெருமைகொள்கின்றன.

மதுரையின் பெருமைக்கும் பாரம்பர்யத்துக்கும் உள்ள இலக்கிய ஆதாரங்களைப்போலவே எண்ணிலடங்காத வரலாறு மற்றும் தொல்லியல் ஆதாரங்களும் உள்ளன. இந்தியாவில் இதுவரை கண்டறியப்பட்ட கல்வெட்டுகளில் காலத்தால் மிகப் பழமையான கல்வெட்டுகள் அதிகம் கிடைத்திருப்பது மதுரை மற்றும் அதைச் சுற்றி உள்ள பகுதிகளில் இருந்துதான். சமீபத்தில் கண்டுபிடிக்கப்பட்ட புள்ளிமான் கோம்பை நடுகல் தமிழி எழுத்துகள் அசோகர் காலத்துக்கும் முற்பட்டவை என அறிஞர்கள் கருதுகின்றனர்.

அதாவது இந்தியாவிலேயே எழுத்தும், எழுத்து சார்ந்த அடையாளங்களையும் மிக அதிக அளவில் கொண்டுள்ள நகரம் மதுரை. இங்குதான் சமணப் பள்ளியும் பௌத்தப் பள்ளியும் வேதப் பள்ளியும் இருந்தன என இலக்கியங்கள் சொல்கின்றன. பள்ளிகள் நிறைந்து இருந்த இந்த நகரில்தான்

மூடி அமைப்புடன் இருக்கும் பெரும் பானை

பல சங்கங்கள் நடத்தப்பட்டன. அந்த இலக்கியச் சங்கத்தினரால் தொகுக்கப்பட்டு, ஏற்றுக்கொள்ளப்பட்ட பாடல் தொகுப்புகள்தான் இன்று உலகின் மிகப் பழமையான பாடல்கள் எனக் கருதப்படும் நமது சங்க இலக்கியங்கள்.

சிலப்பதிகாரத்தில் ஒரு காட்சி வருகிறது. மதுரையின் தெருக்களை வியந்து பார்த்தபடி கோவலன் நடந்து சென்றுகொண்டிருப்பான். அப்போது எதிரில் வரும் பெண் ஒருத்தி, கையில் வடமொழியில் எழுதப்பட்ட ஓர் ஏடு வைத்திருப்பாள். அதில் உள்ள வாசகத்தைக் காட்டி கோவலனிடம் விளக்கம் கேட்க, வேடிக்கை பார்த்தபடி சென்றுகொண்டிருந்த கோவலன், சற்றே நின்று அவளுக்கு விளக்கம் சொல்லிவிட்டுச் செல்கிறான். இது வீதியில் நடந்துபோகிற ஒரு பெண்ணின் கல்வி அறிவுக்குச் சான்று மட்டும் அல்ல, ஒரு நகரத்தின் எழுத்தறிவுக்கும் சான்று.

மதுரையின் சிறப்புகளில் முக்கியமானது இந்த நகரின் தெருக்கள். இங்கு எந்தத் தெருவுக்குள் நீங்கள் போனாலும் அந்தத் தெரு சுமார் ஈராயிரம் ஆண்டுகள் நீளம்கொண்ட தெருவாகத்தான் இருக்கும். உங்களால் காலத்தைக் கடந்து பார்க்கமுடியும் என்றால், அதே தெருவில் உங்களைக் கடந்து, பதற்றத்தோடு ஓடிக்கொண்டிருப்பவன்தான் பாண்டிய

நெடுஞ்செழியனைப் பார்க்கப் போய்க் கொண்டிருக்கும் பொற்கொல்லன் என்பதை உணர்வீர்கள். அந்தத் தெருமுக்கில், எந்தவிதப் பதற்றமும் இன்றி உட்கார்ந்து இட்லி அவித்துக்கொண்டிருப்பவள் தான், வைராக்கியம் ஏறிய வந்திக்கிழவி என்பதையும் அறிவீர்கள்.

மதுரை என்பது, ஒரு வகையில் மாயநகரமும்கூட. 'இன்று நாம் பார்க்கும் மதுரைதான் நேற்றைய இலக்கியங்களில் சொல்லப்பட்ட மதுரையா?' எனக் கேட்டால், சட்டென 'ஆம்' எனப் பதில் சொல்லிவிட முடியாது. 'மதுரை' என்பது இன்றைய மாநகராட்சியால் குறிக்கப்பட்ட இடத்தின் பெயர் அல்ல. அது ஒரு ரகசிய நிலத்தின் பெயர் என வாதிடுவதற்கு நிறைய ஆதாரங்கள் இருக்கின்றன. இறையனார் அகப்பொருள் உரை எனும் நூல், முதல் தமிழ்ச்சங்கம் இருந்த மதுரையும் கபாடபுரமும் கடல் கொண்டுபோக, மூன்றாவதாக இப்போது இருக்கும் மதுரை உருவானதாகக் கூறுகிறது. கண்ணகி எரித்த மதுரையைப் பற்றி சிலப்பதிகாரம் பேசுகிறது. திருவிளையாடற்புராணமோ, வைகையின் ஓரத்தில் இருந்த கடம்பவனத்தில் இரவில் தங்கிய வணிகன், தான் கண்ட அதிசயக் காட்சியை பக்கத்தில் உள்ள மணலூரைத் தலைமையிடமாகக்கொண்டு ஆட்சிசெய்த குலசேகரப் பாண்டியனிடம் சொல்ல, அவன் வந்து பார்த்து, அந்தக் கடம்பவனத்தை அழித்து, இப்போது உள்ள மதுரையை நிர்மாணித்தான் எனச் சொல்கிறது. பெரும்பற்ற புலியூர் நம்பி என்பவர் எழுதிய திருவிளையாடற்புராணத்தைப் பதிப்பித்த தமிழ்த் தாத்தா உ.வே.சா அவர்கள், பாடலின் அடிக்குறிப்பில் பாண்டியர்களின் பழைய ராஜதானி (தலைநகர்) மணலூர் எனக் குறிப்பிடுகிறார்.

இந்த இலக்கிய ஆதாரங்களைத் தவிர, மக்கள் மத்தியில் மதுரையைச் சுற்றி உள்ள இடங்களான அவனியாபுரம், பாண்டி கோயில் பகுதிகளில் பழைய மதுரை இருந்ததாக வாய்மொழிக் கதைகள் உள்ளன. கதைகளையெல்லாம் வரலாறுகளாக அப்படியே ஏற்றுக்கொள்ள முடியாது. ஆனால், எந்த ஒரு கதையும் சின்னஞ்சிறு அளவிலேனும் ஓர் உண்மையில் இருந்துதான் தொடங்குகிறது என்பதும் உண்மைதானே!

மாலையாகக் கோக்கப்படுவதற்காக நடுவில் துவாரமிடப்பட்டுள்ள முத்து

இந்த வரலாற்று, சரித்திரக் கதைகள் எல்லாம் இப்படி இருக்க, இப்போது மதுரையைப் பற்றி புதிய கதை ஒன்று தொடங்குகிறது. மத்திய தொல்பொருள் ஆய்வுத் துறை, மதுரையில் இருந்து தென்கிழக்காக சுமார் 12 கிலோமீட்டர் தள்ளி பள்ளிச்சந்தைத் திடல் என்ற இடத்தில் இருக்கும் தென்னந்தோப்புக்குள், கடந்த ஐந்து மாதங்களாக அகழ்வாராய்ச்சியை நடத்திவருகிறது. மிக விரிவாக நடத்தப்படும் இந்த ஆய்வில், இதுவரை கண்டுபிடிக்கப்பட்டுள்ள பொருட்களும் அமைப்புகளும் நம்மை வியப்பில் ஆழ்த்துகின்றன.

சுமார் 2,200-ம் ஆண்டிலிருந்து 2,500-க்கு முற்பட்ட ஆண்டுகளில், மனிதர்கள் குடியிருந்த குடியிருப்புப் பகுதியாக இது இருக்கிறது. வரிசை, வரிசையாக வீடுகள், மிக அகலமான செங்கற்கள், தரைத்தளமாக, கனமான தட்டோடுகள், மேற்கூரைக்கு ஆணி அறையப்பட்ட செம்மண் ஓடுகள், வீடுகளை ஒட்டி பெரும் அகலத்தில் நீண்ட சுவர்கள், தண்ணீர் வழிந்தோட வடிகால்கள், வட்டவடிவ உரையிடப்பட்ட கிணறு... என நிலத்துக்குள் ஒரு நகரமே துயில்கொண்டிருக்கிறது. அதைத் துயில் எழுப்பும் முயற்சியில் தொல்பொருள் ஆய்வுத் துறை ஈடுபட்டிருக்கிறது. நீருக்குள் மூழ்கும் நகரங்களை, ஹாலிவுட் படங்களின் கிராஃபிக்ஸ் காட்சிகளில் பார்க்கலாம். ஆனால், மண்ணுக்குள் இருந்து மேலே எழும் நகரங்களை தமிழ்நாடு போன்ற மனித நாகரிகத்தின் பாரம்பர்யத் தொட்டில்களில்தான் பார்க்க முடியும். பெரும்பாலான ஐரோப்பிய நாடுகளால் ஒருபோதும் கைக்கொள்ளமுடியாத இப்படியான பெருமைகளை, நம் நாட்டு கிராம ஊராட்சிகள் தன்னகத்தே கொண்டுள்ளன.

தமிழ்நாட்டில் இதுவரை நடந்துள்ள அகழாய்வுகளில் சங்க காலத்தில் குடியிருப்புப் பகுதி கிடைத்திருப்பது இதுதான்

செங்கல் சுவர்

முதல்முறை என்கிறார்கள் தொல்லியலாளர்கள். இங்கு கிடைத்திருக்கும் பொருட்களின் பட்டியல் மிக நீளமானது. மற்றும் நம்ப முடியாத வியப்பை ஏற்படுத்தக்கூடியது.

இப்போது சொல்லுங்கள்... பரிபாடலில் புலவன் எழுதியது வெறும் வாய்ச்சவடால் அல்ல, வாழ்வின் செருக்கில் இருந்து மேலெழுந்த சவால் என்பது உண்மை அல்லவா?!

2

மனித குலத்தின் நாகரிகங்கள் எல்லாம் நதிக்கரையின் ஈரமணலில்தான் தொடங்கின. வருடம் முழுவதும் தண்ணீர் ஓடும் ஜீவநதிக் கரையில்தான் பெரு நகரங்களும் நாகரிகமும் தழைத்தோங்கும் என்பது இல்லை.

ஜீவநதி அல்லாத வரலும் நதிக்கரையிலும் மனித நாகரிகம் தழைத்தோங்கும் என்பதற்கான சான்றுதான் வைகை. தமிழ் நாகரிகத்தின் தொட்டிலாக வைகையே இருந்துள்ளது. வருடத்தில் நான்கு மாதங்களே நீர் ஓடும் வைகையின் கரையில், பல்லாயிரம் ஆண்டுகளாக மக்கள் கூட்டம் செழித்தோங்கி வளர்ந்துள்ளது.

மத்திய தொல்பொருள் ஆய்வுத்துறையின் அகழாய்வுப் பிரிவு, வைகை நதிக்கரை நாகரிகத்தைப் பற்றி முழுமையான களஆய்வை நடத்த முடிவுசெய்தது. அமர்நாத் ராமகிருஷ்ணன் தலைமையிலான

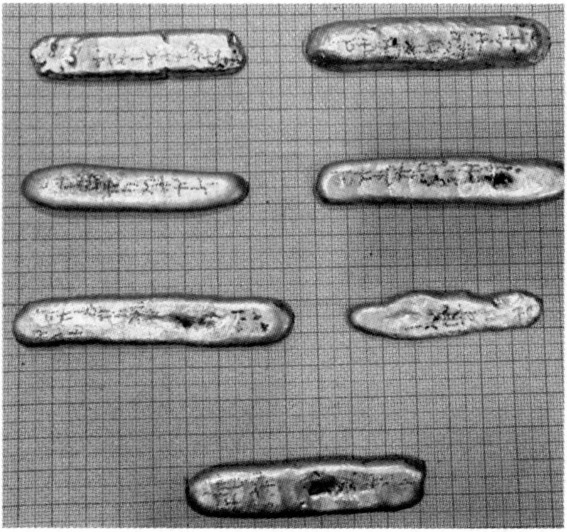

தங்கக்கட்டிகள்

தேனூரின் பெயர்ப் பலகை

குழு, 2013 மற்றும் 2014-ம் ஆண்டுகளில் வைகையின் தொடக்க இடமான வெள்ளிமலையில் இருந்து, அது வங்கக் கடலில் கலக்கும் அழகன் குளம்-ஆத்தங்கரை வரை, ஆற்றின் இருபுறமும் ஐந்து கிலோமீட்டர் தூரத்துக்குள் இருக்கும் எல்லா கிராமங்களிலும் தொல்லியல் கள ஆய்வை நடத்தியது.

சுமார் 350 கிராமங்களில் கள ஆய்வை நடத்திய இந்தக் குழு, 293 கிராமங்களில் ஏதேனும் ஒருவகையில் தொல்லியல் எச்சங்கள் இருப்பதைக் கண்டறிந்துள்ளது. அதாவது 80 சதவிகிதக் கிராமங்கள், வளமான வரலாற்று ஆதாரங்களைக் கொண்டுள்ளன. இந்தப் புள்ளிவிவரங்களே மிகச் சிறந்த ஒரு கண்டுபிடிப்புதான். 256 கிலோ மீட்டர் நீளம் கொண்ட ஒரு நதியில், சுமார் ஒரு கிலோ மீட்டருக்கு ஒரு கிராமம் காலத்தின் மங்காத சுவடுகளை, தனது தோளில் சுமந்தபடி நிற்கிறது. வைகை வறண்ட நதி அல்ல... வரலாற்று நதி என்பதை நிரூபிக்கும் புள்ளிவிவரங்களே இவை.

எத்தனையோ கண்டுபிடிப்புகளுக்குத் தகுதியான ரகசியங்களை மறைத்துவைத்திருக்கும் மந்திரக்கிண்ணங்களாக வைகைக் கரை கிராமங்கள் இருக்கின்றன. அந்த மந்திரக் கிண்ணங்களைத் திறந்துபார்க்கும் சக்தியும் சாமர்த்தியமும்தான் இன்றைய தேவை.

அமர்நாத் ராமகிருஷ்ணன் குழு கள ஆய்வைத் தொடங்குவதற்கு முன்னர், கடந்த 30-40 ஆண்டுகளில் தொல்லியல் துறை, பல்கலைக்கழகங்கள் மற்றும் தனிநபர்கள் அவ்வப்போது நடத்திய ஆய்வில், பல முக்கியக் கண்டுபிடிப்புகள் நிகழ்த்தப்பட்டுள்ளன. அவற்றில் சிலவற்றையாவது நினைவூட்டுவது அவசியம்.

மணலூர் கண்மாய்க்கரையின் கதையை அறிந்துகொள்ளும் முன்னர், தேனூர் கருவேலமரத்தடியின் கதையை அறிந்துகொள்வோம்.

மதுரைக்கு மிக அருகில் வைகை ஆற்றங்கரையில் அமைந்திருக்கும் கிராமம், தேனூர். முதலாம் இராஜராஜ சோழன் கல்வெட்டும், சடாவர்மன் சுந்தரபாண்டியன் காலத்து கல்வெட்டும் சங்க இலக்கியமும் இந்த ஊரின் சிறப்பைப் பதிவு செய்கின்றன என இலக்கிய, தொல்லியல் அறிஞர்கள் கூறுகின்றனர். ஆனால், அறிஞர்கள் யாரும் ஆய்வு நடத்தாமல், தானாகவே வெளிவந்த சுயம்புவான கண்டுபிடிப்பு ஒன்று உண்டு.

தேனூரில் 2013-ம் ஆண்டு ஆகஸ்ட் மாதத்தில் பெய்த ஒரு கனமழையில், கருவேலமரம் ஒன்று வேரோடு சாய்ந்தது. மரத்தின் துருக்கு அடியிலிருந்து ஒரு மண்முட்டி மேலெழுந்துவர, அதனை எடுத்து சிறுவர்கள் விளையாடத் தொடங்கினார்கள். உள்ளே விரல் அளவு கனம் கொண்ட கட்டிகள் இருப்பது தெரிந்ததும் விஷயம் பரவியது. அவை அத்தனையும் தங்கக்கட்டிகள். சுமார் முக்கால் கிலோ எடையுள்ள தங்கக்கட்டிகள்.

புதையல், அதிகாரிகளிடம் ஒப்படைக்கப்பட்டது. அரசு அதிகாரி முதல், பொதுமக்கள் வரை எல்லோரும் பெரும் புதையல் என அந்தத் தங்கக் கட்டியை நினைத்தனர். ஆனால் விலைமதிப்பில்லா

புதையல் அந்தத் தங்கக் கட்டியில் பொறிக்கப்பட்டிருந்த எழுத்துக்கள்தான்.

ஏழு தங்கக்கட்டிகளிலும் தமிழ் பிராமியில் எழுத்துக்கள் பொறிக்கப்பட்டிருந்தன. ஏழிலும் ஒரு பெண்ணின் பெயரே இடம்பெற்றிருந்தது. அந்தப் பெயர் ‘கோதை’. அந்த எழுத்துக்கள் எழுதப்பட்ட விதத்தை வைத்து, இது கி.மு முதல் நூற்றாண்டைச் சேர்ந்தது எனத் தொல்பொருள் துறை மதிப்பிட்டுள்ளது.

இதில் அதிசயம் என்ன தெரியுமா? எழுத்துக்கள் பொறிக்கப்பட்ட தங்கக்கட்டி, இந்தியாவில் முதன்முதலில் இங்குதான் கிடைத்துள்ளது.

2,100 ஆண்டுகளுக்கு முன் தங்கத்தால் செய்யப்பட்ட தெய்வச்சிலைகள்கூட இதுவரை கிடைக்கவில்லை. எந்தத் தெய்வத்தின் பெயரும் தங்கத்தில் எழுதி, இதுவரை கண்டுபிடிக்கப்படவில்லை.

உருவ வழிபாடு தொடங்காத காலம் அது. எனவே சிலைகளுக்கோ, அல்லது அதுசார்ந்த பெயர்களுக்கோ வாய்ப்பு இல்லை. ஆனால், அன்பும் காதலும் அப்படி அல்ல. மனிதனின் ஆதி அணுத் துகளில் இருந்து தொடங்கியது. காலமானிகளால் அளவிட்டுவிட முடியாத உணர்வுகளின் பரிணாமம். அதைப் போய் தனியாகக் கண்டுபிடிக்கத் தேவை இல்லை, ஏனென்றால், நாமே அதன் கண்டுபிடிப்புதான். அதனால்தான் தெய்வத்தின் பெயரோ, அல்லது மன்னனின் பெயரோகூட தங்கத்தில் எழுதப்படாத காலத்தில், ஆன்மிகமும் அதிகாரமும் எட்டமுடியாத எல்லையை, அன்பினால் தோய்ந்த மனிதச் செயலால் எட்டித்தொட முடிந்துள்ளது,

ஒரு மனுஷிக்கு அவளை நேசித்த மற்றொருவரால் தரப்பட்ட, அல்லது அவளது பெயரை அவளே விரும்பி எழுதிவைத்துக்கொண்ட ஒரு செயலாகக்கூட இது இருக்கலாம். ஆனால், இந்த எழுத்துக்குப் பின்னால் இருந்த நேசம், இத்தனை ஆயிரம் வருடங்களுக்குப் பின்பும் நம் இதயத்தை ஏதோ செய்கிறது.

தமிழகத்தின் முதல் தங்கமகள் மட்டும் அல்ல, இந்தியாவின் முதல் தங்கமகளும் கோதைதான். மண்ணுக்குள் இருந்து

சுயமாக உதித்தெழுந்தவர்களைப் பற்றி புராணங்களில் படித்திருக்கிறோம். இதுவும் ஒரு சுயமான உதித்தெழுதல் தான்; ஒரு வகையில் உயிர்த்தெழுதலும்கூட. எழுந்தவள் எழுப்பும் கேள்விகளும் எண்ணற்றவை.

2,100 ஆண்டுகளுக்கு முன்பு தங்கத்தைக் கண்டறிய பயன்படுத்திய தொழில்நுட்பம் என்ன? அதை அணிகலனாக மாற்ற என்னென்ன வடிவத்தைக் கையாண்டார்கள். கலைநுட்பமும் ரசவாதமும் கலந்து உருக்கொள்ளும் படைப்பின் ரகசியத்தை எவ்வாறு கண்டறிந்தார்கள்? எழுத்தை எங்கும் நிறைந்த ஒன்றாக எப்படி மாற்றினர்? கேள்விகள் தொடர்ந்துகொண்டே இருக்கின்றன.

பாதுகாப்பு வசதிகள் பெரிதாக இல்லாத காலம் அது. அந்தக் காலத்தில் வெளியூரில் இருந்து நகரத்துக்குள் வருகிறவர்களுக்கு, தங்களின் செல்வத்தை நகருக்கு வெளியே அடையாளத்துடன் புதைத்துவைத்துவிட்டு உள்ளே வரும் பழக்கம் இருந்துள்ளது. அத்தகைய பழக்கப்படி இந்தப்

புதையல் வைக்கப்பட்டிருக்கலாம். அப்படியென்றால், நகரத்தைவிட்டு வெளியே கிராமங்களிலோ அல்லது சிறுநகரங்களிலோ இருந்தவர்களிடமே, இவ்வளவு தங்கம் புழங்குகிற அளவுக்கு பொருளாதாரச் செழிப்பு இருந்துள்ளது என்பதை அறிய முடிகிறது.

முதலில் ஞாபகம் வருவது அழகர்கோயில் கல்வெட்டு. அங்கே கி.மு மூன்றாம் நூற்றாண்டில் சமணப் பள்ளி அமைக்க, மதுரையைச் சேர்ந்த பொற்கொல்லன் ஆதன், தானம் அளித்துள்ளான் எனச் செய்தி உள்ளது. இது மதுரை பொற்கொல்லர்களின் உயர்வைக் காட்டுகிறது. சிலப்பதிகாரத்தின் கடைசிப் பகுதியில் 1,000 பொற்கொல்லர்களின் தலைகளைக் கொய்து, கண்ணகியைச் சாந்தப்படுத்தினான் பாண்டிய வேந்தன் எனச் சொல்லப்படுகிறது. இது ஒரு படைப்பாளியின் கற்பனையாக இருக்கலாம். ஆனால், பெரும் எண்ணிக்கையில் பொற்கொல்லர்கள் இங்கு வாழ்ந்திருக்கிறார்கள் என்பதன் சாட்சி இது.

ஒருமுறை பேராசிரியர் ஆ.சிவசுப்பிரமணியத்திடம் பேசிக்கொண்டிருக்கும்போது, தூத்துக்குடி A.P.C மஹாலட்சுமி கல்லூரி மாணவர்கள் நடத்திய கள ஆய்வில், முக்காணி

என்ற கிராமத்தில் இருக்கும் பொற்கொல்லர்கள் தங்களின் குலக்கதையைச் சொல்லும்போது, ‘மதுரையில் பெரும் எண்ணிக்கையில் பொற்கொல்லர்கள் கொலைசெய்யப் பட்டபோது நாங்கள் உயிர் தப்பி இங்குவந்து சேர்ந்தவர்கள்’ எனக் கூறியதாகக் குறிப்பிட்டது நினைவுக்கு வருகிறது.

இவ்வளவு பெரும் எண்ணிக்கையில் பொற்கொல்லர்கள் வாழ்வதற்கான தேவை இருந்த நகரமாக மதுரை இருந்துள்ளது. அப்படியென்றால், அவ்வளவு வேலைப்பாடுகள் செய்யத் தேவையான பொற்குவியல் இருந்துள்ளது என்பதை, யூகிப்பது கடினம் அல்ல.

ஒரு கல்வெட்டு ஆதாரம், ஓர் இலக்கிய ஆதாரம், ஒரு வாய்மொழி வரலாற்று ஆதாரம்... என ஒவ்வொன்றாகச் சேர்த்துக்கொண்டிருந்தால், கை நிறையத் தங்கக்கட்டிகளோடு நம் முன்னால் வந்து நிற்கிறாள் கோதை. அவளின் கைகளில் இருக்கும் மண் கலயத்திலேயே இவ்வளவு தங்கம் என்றால், மாமதுரைக்குள் எவ்வளவோ?

சங்க இலக்கிய அகநானூற்றுப் பாடல் ஒன்றில் பொருள் தேடி வட திசை சென்ற தலைவன் வரத் தாமதமாவதால் கோபமான தலைவி, ‘பாடலிபுரத்தில் எடுத்து சோணை நதிக்கரையில் நந்த வம்சத்தினர் புதைத்துவைத்த புதையல் நம்மைவிட அதிக செல்வத்தைக்கொண்டது என நினைத்துத் தேடிக்கொண்டிருக்கிறானோ?’ எனக் கேட்கிறாள். பல்லாயிரம் ஆண்டுகளுக்கு முன்பு, சோணை நதிக்கரை நந்த வம்சத்தினரின் புதையலுக்கு இலக்கியம் சான்று

கூறுகிறது. வைகை நதிக்கரை கோதை வம்சத்தின் புதையலுக்கு நாமே சான்றாக இருக்கிறோம்.

சாம்ராஜ்ஜியங்களை ஆண்ட பேரரசர்களின் பெயர்கள் கூட கல் எழுத்துக்குள் பதுங்கியிருக்கும் நிலையில், சாமானியப் பெண்ணின் பெயர் ஒன்று, பொன் எழுத்துகளால் பொறிக்கப்பட்டு இன்றும் மின்னுகிறது. அந்த மின்னும் ஒளியின் வழியாக சிரித்துக்கொண்டே கோதை சொல்லும் செய்தி இதுதான்.

வைகை நதிக்கரை சங்கத் தமிழை மட்டும் வளர்க்கவில்லை, தங்கத் தமிழையும் வளர்த்தது!

3

ஒரு மக்கள் கூட்டத்தின் பண்பாட்டை இலக்கியம், வரலாறு, தொல்லியல், மானுடவியல் ஆகிய துறைகளின் ஆய்வுகளுக்கு இடையிலான ஊடாட்டத்தின் மூலமாகத்தான் புரிந்துகொள்ள முடியும். பல்லாயிரம் ஆண்டுகளுக்கு முன்னால் ஓர் இடத்தில் மனிதன் வாழ்ந்தான் என்பதற்கான தடயங்கள் கிடைப்பதே அரிது. அங்கு அவன் எப்படி வாழ்ந்தான் என்பதை யூகிப்பதற்கான சான்றுகள் கிடைப்பது அதைவிட அரிது.

எந்தத் தடயத்தைக்கொண்டு, எப்படி அவற்றைக் கண்டறிவது என்பதற்கு, நமக்கு இருக்கும் வழிமுறைகள் மிகச் சொற்பமானவை. ஏனென்றால், இந்தச் சவால்களை நம் முன் உருவாக்கி வைத்திருப்பது காலம். காலத்தின் சிறு

துகளின் மீது நின்றுகொண்டு, அதைக் கணிக்கும் முயற்சி இது.

ஒரு நாகரிகத்தை மண்ணுக்குள் புதையுண்டு இருக்கும் கட்டடங்களின் வழியே அனுமானிப்பது ஒருவழி என்றால், மனித மனங்களின் ஆழத்தில் பதிந்துள்ள அறச் சிந்தனைகளின் வழியே அளவிடுவது இன்னொரு வழி. தொல்லியலும் இலக்கியமும் மிஞ்சியிருக்கும் கலை வடிவங்களும்தான் கடந்த காலத்துக்குள் செல்லும் வாசல். வெவ்வேறு வடிவங்களைக்கொண்ட இந்த வாசல்களின் வழியே நுழைந்து வைகைக் கரை வந்தடைவோம்.

தேனூரில் கருவேலமரத்தைப் பெயர்த்தெடுத்த மழைக்காலம் போல, அதற்குச் சில ஆண்டுகளுக்கு முன்பான ஒரு மழைக்காலத்தில் நிகழ்ந்த சம்பவம் இது. மதுரைக்கு மிக அருகில் உள்ள கிராமம் கடச்சனேந்தல். இங்கு விவசாயிகளை அமைப்பாகத் திரட்டும் ஒரு முயற்சிக்காக நான் சென்றிருந்தேன். அந்த ஊரைச் சேர்ந்த விவசாயச் சங்கத்தினர் உடன் இருந்தனர். அந்தச் சின்னஞ்சிறிய கிராமத்தின் குறுகிய வீதிகளின் வழியே, வயல் வேலைகள் முடித்துத் திரும்பும் விவசாயிகளைப் பார்த்துப் பேசிக்கொண்டிருந்தோம். சடசடவென மழை பெய்ய ஆரம்பித்தது.

எங்கு ஒதுங்குவது எனச் சுற்றும்முற்றும் பார்த்து, மூலையில் இருக்கும் ஒரு தாவாரத்தில் ஒதுங்கினோம். காற்றும் மழையுமாகக் கொட்டித் தீர்த்தது. ஒதுங்கி நிற்கிறோம் என்பதற்கான எந்த அடையாளத்தையும் மழை விட்டுவைக்கவில்லை. மேலெல்லாம் நனைந்து சற்றே நடுக்கம் எடுக்கத் தொடங்கியது. நான் எதையோ யோசித்தபடி அங்கு சிறு பலகை ஒன்றில் எழுதியிருந்ததைப் பார்த்தேன். 'கவுந்தியடிகள் ஆசிரமம்' என எழுதியிருந்தது. என் கண்களையே நம்பாமல், ஆச்சர்யத்தோடு மீண்டும் ஒருமுறை படித்து உறுதிப்படுத்தினேன். கோவலனும் கண்ணகியும் மதுரைக்கு வருவதற்கு, உறுதுணையாக இருந்து

கடச்சனேந்தல் கிராமம்...

ஆற்றுப்படுத்திய சமணத் துறவி கவுந்தியடிகளுக்கு இங்கு எதற்கு ஆசிரமம் என யோசித்தபடி நின்றேன்.

மழை குறையத் தொடங்கியது. தாவாரத்துக்கு அடுத்து இருந்தவரிடம், 'கவுந்தியடிகள் ஆசிரமம் என்ற பெயர் எதற்காக வைத்திருக்கிறீர்கள்?' எனக் கேட்டேன். அவர் சொன்னார், 'இந்த அம்மாதானே கோவலன் - கண்ணகியை எங்க ஊருக்குக் கூட்டிவந்துச்சு' என்றார்.

அவரின் பதில், மேலும ஆச்சர்யத்தை ஊட்டியது. 'கோவலன் - கண்ணகி மதுரைக்குத்தானே வந்தார்கள்? உங்கள் ஊருக்கு எங்கு வந்தார்கள்?' எனக் கேட்டேன். 'என்ன தம்பி... மதுரைக்குள்ள போறதுக்கு மொதநாளு அவங்க ரெண்டு பேரையும், எங்க ஊர்லதான அந்த அம்மா தங்கவெச்சுச்சு' என்றார். எனக்கு என்ன சொல்வது எனப் புரியவில்லை. ஆனால், அவருக்கு என்னிடம் சொல்ல நிறைய விஷயங்கள் இருக்கின்றன என்பது மட்டும் புரிந்தது.

நான் பேச்சைத் தொடர்ந்தேன். அவர் மேலும், 'கோவலன் - கண்ணகி தங்கி இருந்த வீடு அருகில்தான் இருக்கிறது' என்றார். நான் ஏறக்குறைய உறைந்துபோய் நின்றேன். அதற்கு மழை மட்டும் காரணம் அல்ல! தொடர்ந்து, 'கண்ணகி வீடுதானே... அது எனக்குத் தெரியும். நான் கூட்டிப்போய் காட்டுறேன்' என உடன் இருந்தவர் பதில் சொன்னார்.

சிலப்பதிகாரத்தை வெளியில் இருந்து படித்த நான், முதன்முறையாக அதற்குள்ளே இருக்கும் மனிதர்களைச் சந்தித்தேன். அவர், 'வாருங்கள் போகலாம்' எனச் சொல்லி என்னை அழைத்துப்போனார். மழை நின்ற அந்த இரவில் நான் காலத்துக்குள் நடந்துபோய்க்கொண்டிருந்தேன்.

இரண்டு தெரு தள்ளி ஓர் இடத்தைக் காட்டினார். 'இந்த இடத்தில்தான் கண்ணகியின் வீடு இருந்தது' என்றார். நான் விழித்த கண் இமைக்காமல் பார்த்துக்கொண்டிருந்தேன். அந்த இடம் எதுவும் இல்லாத வெளியா... அல்லது காலவெளியா என்பது புரியாத திகைப்பில் நின்றிருந்தேன்.

வயதான ஒரு மூதாட்டி, 'என்னப்பா, இந்த ராத்திரியில வந்து கண்ணகி வீட்டைப் பார்த்துக்கிட்டிருக்கீங்க?' எனக் கேட்டபடி எங்களைக் கடந்துபோனாள். இப்போதுதான் கண்ணகியை வீட்டில் விட்டுவிட்டுப் போகும் கவுந்தியடிகளைப்போல இருந்தது அவளது வார்த்தைக்குள் இருந்த உரிமை.

என்னை அழைத்துப்போனவர் தொடர்ந்து சொன்னார்... 'கண்ணகி - கோவலன் கடைசியா இருந்தது இந்த வீட்டில்தான். இங்கிருந்துதான் சிலம்பை விற்க கோவலன் மதுரைக்குப் புறப்பட்டுப் போனான். புதுவாழ்வு தொடங்க ஆசையோடு காத்திருந்த கண்ணகிக்கு, போனவன் கொலையுண்ட செய்திதான் வந்து சேர்ந்தது. செய்தி கேள்விப்பட்டதும் ஆத்திரம் பொங்க தனது காலில் இருந்த இன்னொரு சிலம்பை கையில் ஏந்தியபடி இங்கிருந்துதான் புறப்பட்டாள். அதனால்தான் எங்கள் ஊருக்கு 'கடை சிலம்பு ஏந்தல்' எனப் பெயர்.

20 வருடங்களுக்கு முன்புவரைகூட ஊரின் பெயர்ப்பலகை எல்லாமே 'கடை சிலம்பு ஏந்தல்' என்றுதான் இருந்தது. அதன் பிறகுதான் பேச்சுவழக்கில் எல்லோரும் 'கடச்ச னேந்தல்' என்றே அழைக்க ஆரம்பித்துவிட்டனர்' என்றார்.

நான் மறுபடியும் ஊரின் பெயரில் இருந்து எல்லாவற்றையும் யோசிக்க ஆரம்பித்தேன். அவர் பேச்சைத் தொடர்ந்தார். 'கோவலன் - கண்ணகியை அவமதித்துப் பேசிய இருவரை, கவுந்தியடிகள் நரியாகப் போகுமாறு சபித்துவிட்டார் இல்லையா?' எனக் கேட்டார், சிலப்பதிகாரத்தின் காட்சியை

நினைவுபடுத்தி. 'ஆம்... ஓராண்டு காலம் நரியாகப் போகுமாறு சபித்தார்' என்றேன். 'அதுதான் அந்த நரி' என்றார்.

அவர் கைகாட்டும் திசையை மிரட்சியோடு பார்த்தேன். கும்மிருட்டாக இருந்த அந்தத் திசையில் இருந்து அடுத்து வெளிவரப்போவது என்னவோ என்ற திகைப்பு குறையாமல் அவரை நோக்கித் திரும்பினேன். அவர் சொன்னார், "கவுந்தியடிகளால் சபிக்கப்பட்ட அந்த நரிகள் இரண்டும் ஓராண்டு காலமும் அந்தப் பக்கம் உள்ள காட்டில்தான் இருந்ததாம். அதனால்தான் அந்த இடத்துக்கு 'அந்தநேரி' எனப் பெயர்" என்றார். அடுத்து இருக்கும் ஊரின் பெயர் 'அந்தநேரி' என்பது அப்புறம்தான் நினைவுக்கு வந்தது (அதுவே 'அந்தனேரி' ஆகிவிட்டது).

நிகழ்காலத்துக்கும் கடந்தகாலத்துக்கும் இடையில் இடைவெளியற்ற ஒரு நிலத்தில், நின்றுகொண்டிருப்பதுபோல் உணர்ந்தேன். ஒருவகையில் மதுரையே இப்படி ஒரு நிலம்தான். காலத்தின் எந்தப் புள்ளியில் நாம் நின்றுகொண்டிருக்கிறோம் என்பது பல நேரங்களில் ஒரு புகைமூட்டமாகத்தான் தென்படும்.

அந்த வீடுதான் சிலப்பதிகாரத்தில் கொந்தளிக்கும் உணர்ச்சிகள் மையமிட்டிருந்த இடம். கோவலன் - கண்ணகி இருவரும் இங்குதான் ஒரு புது வாழ்வைத் தொடங்கினர். கண்ணகியின் களங்கம் இல்லாத அன்பின் முன்பாக கோவலன் ஒரு தூசுபோல கிடந்தான். ஆண் எனும் அகங்காரம் முற்றிலும் அழிந்து, கண்ணகியின் கால் பற்றி நின்றான். 12 ஆண்டுகள் நெஞ்சம் முழுவதும் பெருகிக்கிடந்த துயரக் கடலை அன்பு எனும் மிதவைகொண்டு எளிதாகக் கடந்தாள் கண்ணகி. கால் சிலம்பைக் கழட்டிக் கொடுத்து புதுவாழ்வின் வாசல் நோக்கி அனுப்பினாள். நற்செய்தியோடு வருவான் என எதிர்பார்த்திருந்த கண்ணகிக்கு, அவன் கொலையுண்ட செய்தியே வந்து சேர்கிறது. அவள் வெகுண்டெழுந்தாள்.

சிலப்பதிகாரத்தில் உணர்ச்சிகளினால் உச்சம் பெற்ற காட்சி இங்குதான் அரங்கேறியது. பெருக்கெடுத்த அன்பும், புதுவாழ்வின் கனவும், கொடுங்கொலையும் வந்துசேர்ந்த இடமாக, இந்தச் சிறு குடிலே இருக்கிறது. கோவலனின் மனைவியாக மட்டுமே இருந்த ஓர் அபலைப் பெண், கண்ணகியாக உருமாற்றம்கொள்வது இந்த இடத்தில் இருந்துதான். ஒரு காப்பியத்தில் எந்த இடத்தை சமூகம் பற்றி நிற்கவேண்டுமோ, அந்த இடத்தை இறுகப் பற்றி நிற்கிறது இந்த ஊர்.

கதைகளின் பலம், பெருந்துக்கத்தை மறந்துவிடாமல் மீண்டும் மீண்டும் நினைவூட்டிக் கொண்டே இருப்பதுதான். ‘எங்கள் ஊருக்கு வந்த பெண்ணுக்கு இப்படி ஆகிவிட்டதே’ என்ற துக்கம், இத்தனை ஆயிரம் ஆண்டுகளுக்குப் பிறகும் அந்தக் கதையைச் சொல்பவரின் தொண்டைக் குழியில் தேங்கி நிற்கிறது. அந்தத் துக்கம் மறக்காமல் இருந்தால்தான் மனிதன் அறம் சார்ந்த வாழ்வை வாழத் தொடர்ந்து தூண்டப்பட்டுக் கொண்டிருப்பான். மனிதனை நியாயவானாக மாற்றவேண்டிய செயல், மனிதன் இருக்கும் வரை நடத்தப்பட்டுக்கொண்டே இருக்க வேண்டிய செயல்.

அதற்கான கருவியை தனது அனைத்து அங்கங்களிலும் வைத்திருக்கும் பண்பாட்டையே சிறந்த பண்பாடாக நாம் கருதுகிறோம். அத்தகைய பண்பாட்டு விழுமியங்கள் செழிப்புற்று இருப்பதே நாகரிகச் சமூகத்துக்கான சான்று. கண்ணகியின் கண்ணீர்த் துளியைக் கைகளில் ஏந்தி, கவுந்திக்கு மரியாதை செய்துகொண்டிருக்கும் இந்தச் செயல்கூட அத்தகைய நாகரிகத்தின் அடையாளமே.

தார்ச்சாலையின் ஓரத்தில் இருக்கும் பெயர்ப்பலகையில் எனாமல் பெயின்டால் எழுதப்பட்ட எழுத்துக்குப் பின்னால் இவ்வளவு நெடிய கதையும் காலமும் மறைந்திருக்குமானால்... பல்லாயிரம் ஆண்டுகளுக்கு முன்னால் எழுதப்பட்ட எழுத்துக்களுக்குப் பின்னால் மறைந்திருக்கும் கதைகளை யார் அறிவார்?

அப்படிப்பட்ட எழுத்தைத் தாங்கிநிற்கும் கருங்கல் ஒன்று, வைகையின் தென்கரை கிராமம் ஒன்றில் நிமிர்ந்து நிற்கிறது. சுமார் 2,400 ஆண்டுகளாக...

4

முன்னோர்களின் நினைவாக நடப்பட்ட நடுகற்கள் சாலையின் ஓரத்தில் இருப்பதைப் பார்த்தபடி, எத்தனையோ முறை கடந்துபோயிருப்போம். நின்று பார்க்கவோ அல்லது அதன் கதையைப் பொருட்படுத்திக் கேட்கவோ, நமக்கு நேரம் இருப்பது இல்லை. இன்னும் கொஞ்ச காலத்துக்குப் பிறகு நம்மில் யாரேனும் அதைக் கேட்க நினைத்தாலும், சொல்லும் நபர் யாரும் இருக்கப்போவது இல்லை. சிந்துசமவெளி நாகரிகத்தின் படிக்கப்படாத எழுத்துக்களைப்போல, கேட்கப்படாத கதைகளாக இவை கல்லுக்குள் மறையப்போகின்றன.

மழை நீர் ஓடி குளத்தில் சேர்வதைப்போல, மனித அனுபவம் கடந்தகாலம் எனும் தொட்டியில் இயல்பாகச் சேர்ந்து கொண்டிருந்தது. ஆனால், கடந்தகாலத்தை

தாதபட்டி நடுகல்

எல்லாம் இறந்தகாலம் என வகைப்படுத்தி, 'இறந்ததை அழிப்பது அவசியம்தானே!' என வெட்டி நியாயம் பேசிக்கொண்டிருக்கிறோம்.

ஆனால், இவற்றுக்கு நேர்மாறாகச் சிந்தித்தவர்கள் நமது முன்னோர்கள். இறந்துபோன ஒருவன், எதிர்காலத்தில் நினைக்கப்பட வேண்டும் என்பதற்கான எண்ணற்ற முயற்சிகளைச் செய்தார்கள். அவர்களது விடாப்பிடியான முயற்சியின் அடையாளங்களே நடுகற்கள்.

தமிழர்கள், போரை ஏழு வகைகளாகப் பிரித்தார்கள். ஏழு வகைப் போர்களிலும் சிறப்பான வீரத்தை வெளிப்படுத்தியவனின் நினைவாக நடுகல் அல்லது வீரக்கல்லை அமைத்தனர். ஒரு நடுகல் எப்படி அமைக்கப்பட வேண்டும் என்பதற்குத் தெளிவான வழிகாட்டுதல்களை வழங்குகிறான் தொல்காப்பியன். 'ஒரு வீரனின் புகழை என்றென்றும் சுமந்து நிற்கப்போவதால் வலிமை மிகுந்த கல்லைத்தான் நடுகல்லாக நடவேண்டும். ஊருக்குப் பக்கத்தில் கிடக்கிறது என்பதால், எந்தக் கல்லையும் தூக்கி நட்டுவிடக் கூடாது' என்கிறான்.

நெற்கதிரில் விளைந்த கதிர், விளையாத கதிர் என இருப்பதுபோல, கல்லிலும் விளைந்த கல், விளையாத கல்

புலிமான்கோம்பை ஊர்

இருக்கின்றன. விளையாத கல்லைக்கொண்டு எதுவும் செய்ய முடியாது. உதாரணமாக, இமயமலைக் கல்லை வைத்து அம்மி-குழவி செய்தால், அம்மியில் வைத்து இஞ்சியை இடிக்கும்போது இமயமும் இடிந்துவிடும். அதுவே விளைந்த கல்லில் செய்தால், இடி தாங்காது இஞ்சி.

ஆள்காட்டி விரலை மடித்து, மண்பானையைத் தட்டிப்பார்த்து வாங்கும் பாட்டியைப்போல, பாறையின் மேலே ஓடும் ரேகையைத் தட்டிப்பார்த்து, அதன் விளைச்சலையும் பக்குவத்தையும் சொல்லும் மனிதர்கள் இன்றும் இருக்கிறார்கள். அவர்கள் மண்ணியலோ, அது சார்ந்த அறிவியலோ படித்தவர்கள் அல்ல; மரபு வழியான அறிவைப் பெற்றவர்கள். அந்த அறிவின் ஆதிமரபுக்குச் சொந்தக்காரனை அழைக்கிறான் தொல்காப்பியன்.

அப்படிப்பட்டவனை அழைத்துப்போய், தகுதியான கல்லைக் கண்டறிந்து, பின்னர் நல்ல நேரத்தில் அந்தக் கல்லை நீராட்ட வேண்டும். அதன்பின் அந்தக் கல்லைப் பொருத்தமான இடத்தில் நிறுவவேண்டும். அதைத்தான் 'கால்கோள்' என்கிறான். இன்றைக்கும் மாநாடுகளுக்கும் அரசு விழாக்களுக்கும் 'கால்கோள்' நடும் அழைப்பிதழ்களை நாம் பார்க்கிறோம். இந்தக் கால்கோள் எனும் சொல்லை நட்டவன் தொல்காப்பியன். 2,000 ஆண்டுகளுக்கும் மேலாக கல் சிதைந்தாலும் சொல் சிதையாமல் இருக்கிறது.

இந்தக் கால்கோள் நட்ட பின்னர் கொண்டாட்டங்களும் விருந்துகளும் தொடங்கும். அந்த வீரனைப் பற்றி

வாழ்த்துப்பாக்கள் பாடப்படும். அவனின் கதை தலைமுறை தலைமுறையாகச் சொல்லப்பட்டுக்கொண்டே இருக்கும். வீரம்தான் புகழை அடையும் வழி என்பதை வழியில் நிற்கும் அந்தக் கல், வரும் சந்ததிக்கு நினைவுபடுத்திக்கொண்டே இருக்கும். இறப்பு என்பது வாழ்வு முடியும் இடம் அல்ல என்பதன் சாட்சியாக மாறுகிறான் அந்த வீரன்.

நடுகற்கள் அமைக்கும் பழக்கம் சங்க காலத்தில் மிக அதிகமாக இருந்ததை இலக்கியங்கள் மூலம் அறிய முடிகிறது. ஏழு வகையான போர்கள், அவற்றில் எண்ணற்ற வகையான மரணங்கள். எல்லா மரணங்களும் சமூகத்தால் நினைக்கப்படுவது இல்லை. அவற்றில் தனித்துவமாக வீரத்தை வெளிப்படுத்தியவனின் செயல்தான் போற்றப்படுகிறது. அந்த வீரனே கல்லிலும் கவியிலும் வாழ்பவன் ஆகிறான்.

வேளாண்மை சார்ந்த அன்றைய சமூகத்தின் பெரும் செல்வமாக இருந்தது கால்நடைகளே. எனவே, இவற்றைக் கவர்ந்துசெல்வதும் மீட்பதும் மிக முக்கிய செயல்பாடுகளாக இருந்தன.

மகாபாரதத்தில் விராட பர்வத்தில், கௌரவர்கள் விராட தேசத்தின் கால்நடைகளைக் கவர்ந்து செல்வார்கள். அப்போது உதயகுமாரனைத் தேரில் ஏற்றிக்கொண்டு அர்ஜுனன் போர்புரிவான். துரியோதனனின் படையைத் தோற்கடித்து கால்நடைகளை மீட்டு வருவான். கால்நடைகளைக் கவர்வதும் மீட்பதும்தான் எல்லா காவிய நாயகர்களும் அன்று செய்துகொண்டிருந்த வேலை.

கால்நடைகளைக் கவர்ந்து வரும்போது நடக்கும் போரை 'வெட்சி' என்றும், மீட்கும்போது நடக்கும் போரை 'கரந்தை' என்றும் தமிழர்கள் பெயர் சூட்டியிருந்தார்கள். இந்த இரண்டு வகைகள் உள்ளிட்ட அனைத்து வகைப் போர்களிலும் சிறந்த வீரத்தை வெளிப்படுத்திய அனைவரும் நடுகற்களாக மாறினர்.

நடுகல் அமைத்து வீரனைப் போற்றுவது அன்றைய சமூகத்தின் பெருவழக்கம். ஆனால், சங்க காலத்தில் நடப்பட்ட நடுகல் ஒன்றுகூட, இன்றைய தமிழ்நாட்டில் கிடைக்கவில்லை. அது ஏன் என்பது புரியாத புதிராக நீடித்தது.

இந்த நிலையில் சில ஆண்டுகளுக்கு முன்னர் தஞ்சை தமிழ்ப் பல்கலைக்கழகத் தொல்லியல் துறை ஆய்வாளர்களால், வைகை ஆற்றின் தென்கரையில் உள்ள புலிமான்கோம்பை (புள்ளிமான்கோம்பை என்பது பயன்பாட்டுப் பெயர்) கிராமத்தில் நடத்தப்பட்ட ஆய்வில், மண்ணுக்குள் புதையுண்டுகிடந்த ஒரு நடுகல் கண்டுபிடிக்கப்பட்டது. அதில் எழுதப்பட்டிருந்த எழுத்துக்களில் வரலாற்றாளர்களுக்குப் பெரும் ஆச்சர்யம் ஒன்று காத்திருந்தது.

பசுக்களைக் கவர்ந்து வரும்போது தாக்கப்பட்டு இறந்துபோன வீரன் 'அந்துவன்' நினைவாக நடப்பட்ட வீரக்கல். இதில் ஆச்சர்யம் என்னவென்றால், தமிழ் பிராமியில் எழுதப்பட்ட இந்தக் கல் தூய தமிழ்ச் சொற்களைக்கொண்டு எழுதப்பட்டுள்ளது. இதன் காலம் சுமார் 2,400 ஆண்டுகள் என்கின்றனர் தொல்லியல் ஆய்வாளர்கள். இந்திய அளவில் இதுவரை கண்டறியப்பட்ட நடுகற்களில் மிகப் பழமையானது இது. வேறு வார்த்தைகளில் சொல்வதானால், பரந்த பாரத தேசத்தில் கல்லிலே பொறிக்கப்பட்டு நமக்குக் கிடைத்துள்ள முதல் பெரும் வீரனின் பெயர் அந்துவன். வரலாற்றில் நாம் இதுவரை படித்த அனைத்து வீரர்களும் அந்துவனுக்குப் பிந்தியவர்களே. புலிமான்கோம்பைக்கு அடுத்து இருக்கும் தாதபட்டியிலும் காலத்தால் பழைமையான நடுகற்கள் கிடைத்துள்ளன. அதுவும் போர் வீரர்களின் புகழ் பேசுகிறது.

இந்திய நிலப்பரப்பின் பெரும் பகுதியை ஆட்சிசெய்த பேரரசன் அசோகன், தனது அரசு ஆணைகளை கல்லிலே பொறித்து, பெரும் ஸ்தூபிகளை உருவாக்கினான். சாஞ்சி ஸ்தூபி, பிப்ரவாஸ் ஸ்தூபி, பாரூத் ஸ்தூபி, நாகார்ஜுனா ஸ்தூபி என எண்ணற்ற ஸ்தூபிகள் அசோகனின் ஆணைகளைப் பறைசாற்றின. இதில் ஒரு ஸ்தூபிக்குப் பக்கத்தில் எழுப்பப்பட்ட கல்தூணில்தான், நான்கு சிங்கங்கள் முதுகை ஒன்றோடு ஒன்று இணைத்துக்கொண்டிருக்கும் சிற்பம் இருக்கிறது. இதுவே சுதந்திரத்துக்குப் பின்னர், இந்திய அரசின் சின்னமாக ஆக்கப்பட்டது.

இந்திய வரலாற்றில் தன்னிகரற்ற இடத்தைப் பெற்ற இந்த ஸ்தூபிகளை, பேரரசன் அசோகன் அமைப்பதற்கு சுமார் 100 ஆண்டுகளுக்கு முன்னால், அவன் பயன்படுத்திய

அதே எழுத்துமுறைகொண்டு, தூய தமிழ்ச் சொற்களை பயன்படுத்தி, வைகைக் கரையில் அமைந்துள்ள சின்னஞ்சிறு கிராமத்தில் ஒரு வீரனின் புகழை அந்தக் கிராமத்து மக்கள் எழுதியிருக்கின்றனர்.

பேரரசும் பெரும் அதிகாரமும் இல்லாமல் சாமானிய மக்களால் எழுதப்படும் சரித்திரமாக இது இருக்கிறது. இந்தச் செய்தி இதுவரை எழுதப்பட்ட வரலாற்றைக் கலைத்துப்போடுகிறது. தமிழ்நாட்டின் கல்வி பற்றி, நாகரிகம் பற்றி இதுவரை சொல்லப்பட்டவை போதுமானவை அல்ல என்பதை இது உரக்கச் சொல்கிறது. சில அடி உயரம் உள்ள ஒரு கல் எழும்போது, சில நூறு வருடங்களாக இங்கு சொல்லப்பட்டுவரும் வரலாறுகள் சரியத் தொடங்குகின்றன. தோண்டி எடுக்கப்பட்ட அந்தக் கல் அந்துவனின் வீரத்தை மட்டும் நம்மிடம் கொண்டுவந்து சேர்க்கவில்லை... தமிழின் பெருமையையும் வளமையையும் நம்மிடம் கொண்டுவந்து சேர்த்திருக்கிறது.

காவியத்தில் அர்ஜுனனையும், வரலாற்றில் அசோகனையும் நன்கு அறிவோம். ஆனால், கால்நடைகளுக்கான ‘விராட

பர்வத்து' போரிலே இறந்ததற்காக, அசோகன் காலத்துக்கு முன்னாலே நடுகல் அமைத்துப் போற்றப்பட்ட அந்துவனை இனிமேலேனும் அறிந்துகொள்வோம்.

அன்றைய பெரும் செல்வமான பசுக்களுக்காக உயிர்விட்ட அந்துவன், இன்றைக்கு நமக்குக் கிடைத்துள்ள பெரும் செல்வமாக மாறியிருக்கிறான். நடுகல் என்பது, வீரம், மொழி, வரலாறு, பண்பாடு எல்லாம் சம்பந்தப்பட்டது. நதியை படகால் கடந்து செல்வதைப்போல, காலத்தை, கல்லால் கடக்கும் முயற்சி.

இந்தக் கல்லின் பழைமையே நம்மை வியப்பில் ஆழ்த்துகிறது என்றால், இந்தக் கல்லை எங்கு தேர்வுசெய்து, எப்படி நடவேண்டும் எனத் தொழில்நுட்ப விதிகளை உருவாக்கிய ஒருவன், அதற்கும் முன்னால் போய் நிற்கிறான். காலத்தை எட்டிப்பார்க்க முயலும் நம்முடைய கற்பனைத் திறனைக் கலங்கடிக்கிறான் தொல்காப்பியன்.

சிந்துவெளி நாகரிகத்தில்கூட தங்கத்தால் ஆன அணிகலன்கள்தான் கண்டுபிடிக்கப்பட்டுள்ளன. தங்கத்தில் பொறிக்கப்பட்ட எழுத்துக்கள் இல்லை. அது தமிழ்நாட்டில்தான் கிடைத்துள்ளது. அசோகர் காலத்துக்கு முன்பு எழுத்துக்கள் பொறிக்கப்பட்ட நடுகல், இந்தியாவில் வேறு எங்கும் இல்லை; தமிழ்நாட்டில்தான் இருக்கிறது. இந்த வரலாற்றுப் பெருமையைக் கையில் ஏந்தியபடி வடகரையில் கோதையும் தென்கரையில் அந்துவனும் நிற்கிறார்கள். இரண்டு கரைகளுக்கு இடையில் இருப்பது, நீரோடும் நதி அல்ல; நிலைகொண்ட நாகரிகம் என்பதை உலகுக்குச் சொல்லும் சாட்சியே இவர்கள்.

நடுகற்களை உருவாக்கும் முன் மனிதன் செய்த செயல் ஒன்று இருக்கிறது. அது மனிதனால் செய்யப்பட்டதுதானா என்பதில் தொடங்கி, அதை மனிதர்கள் ஏன் செய்தார்கள் என்பது வரை, பல கேள்விகளுக்கு இன்று வரை எவராலும் பதில் கண்டறிய முடியவில்லை.

பதில் கண்டறிய முடியாத கேள்விகளோடு தான் வைகையின் பயணம் தொடங்குகிறது!

5

வைகை நதி, மலை இறங்கித் தரை தொடும் பகுதியில் இருக்கும் கிராமங்களில் ஒன்று, வெம்பூர். இது ஒரு பள்ளத்தாக்கைப் போன்ற பகுதி. வெம்பூரின் தோட்டந்துரவுக்குள் பெரும் பெரும் பாறைகள் நடப்பட்டு வரிசைவரிசையாக நிற்கின்றன. இவை நடப்பட்டு சுமார் 3,000 ஆண்டுகள் இருக்கும். இதுபோன்ற பாறைகளை, 'குத்துக்கற்கள் வரிசைகள்' (*Menhirs*) என்கிறார்கள். உலகின் பல்வேறு இடங்களில் இத்தகைய குத்துக்கற்கள் வரிசைகள் கண்டறியப்பட்டுள்ளன.

ஐரோப்பாவில் கண்டறியப்பட்டபோது, 'இவ்வளவு பெரிய பாறைகளை மனிதர்கள் எப்படித் தூக்கி நிறுத்த முடியும்? இது மனிதர்கள் செய்தது அல்ல, ஏலியன்கள் நட்டுச்சென்ற கற்கள்' எனக் கதை சொல்லப்பட்டது. இன்று வரை அந்தக்

கதையை நம்புபவர்களும் இருக்கிறார்கள். இப்படியான குத்துக்கற்கள் வெம்பூரில் நீள்வரிசையில் நிற்கின்றன. மனிதர்கள் இதை ஏன் நட்டார்கள்? அறுவடை முடிந்தவுடனோ அல்லது துக்க காரியத்துக்காகவோ நடப்பட்டிருக்கலாம். அப்படி எனில், நீள்வரிசையில் மட்டும் ஏன் நடப்பட்டன? அதற்கான காரணங்கள் என்ன? சரிந்து நீளும் நிழல்களை வைத்து மனிதன் கண்டறிய நினைத்தது என்ன? - விடை தெரியாத கேள்விகள்!

நட்சத்திரங்களை அடிப்படையாகக்கொண்டு வானியலைக் கணிக்கும் முயற்சியாக இது இருக்கலாம். அதனால்தான் ஒரே திசை நோக்கி இவை இருக்கின்றன என சிலர் கூறுகின்றனர். இறந்த வீரர்களின் நினைவாக இவை நடப்பட்டன என்பது பொது உண்மை. இது நடுகல்லுக்கு முந்தைய வடிவம். மனிதன் இறந்தவுடன், அவனைப் புதைத்த இடத்தில்

பெரும் பாறைகளைக் கொண்டுவந்து நட்டுவைத்தான். அதன் பின்னர் எழுத்துக்கள் கண்டறியப்பட்டவுடன், சிறிய கற்களைக் கொண்டுவந்து நட்டு அதில் இறந்தவனைப் பற்றி எழுதத் தொடங்கினான். இறந்தவனின் அடையாளமாக பெரிய பாறை இருப்பதைவிட, சிறிய எழுத்துக்கள் இருப்பதே சிறப்பு என அவன் கண்டறிந்ததே, நாகரிகத்தின் அடுத்த கட்டம். ஆக, எழுத்துக்கள் பிறக்கும்போதே பெரும் பாறைகளை உருட்டிவிட்டுத்தான் பிறந்திருக்கின்றன. எழுத்தின் வலிமை, அது தொடங்கிய இடத்தில் இருந்தே தொடங்கிவிடுகிறது. மன்னர் ஆட்சிக்காலம் தொடங்கி இன்றைய மக்கள் ஆட்சிக்காலம் வரை எழுத்துக்களை சவால் நிறைந்த ஒன்றாகப் பார்ப்பதற்குக் காரணம், அவற்றால் எவ்வளவு வலிமையான ஒன்றையும் சாய்த்துவிட முடியும் என்பதுதான். வெம்பூர் குத்துக்கற்கள் கைவிடப்பட்ட ஒரு பழக்கத்தின் கடைசி எச்சமாக இன்றும் இருக்கின்றன. யாராலும் விளங்கிக்கொள்ள முடியாத ஒரு புதிராக உறைந்து நிற்கின்றன.

மனிதன் எடுத்தவுடன் எழுத்துக்களைக் கண்டறிந்துவிடவில்லை. குழந்தை முதலில் பென்சிலால் கிறுக்கி, குறுக்கும்நெடுக்குமாகக் கோடுகளைப் போட்டு, பின்னர் எழுதப் பழகுவதைப்போலத்தான் மனிதகுலமும். மனிதன் முதலில் ஓவியத்தைத்தான் வரைந்தான். அவனது கோடுகள், பழக்கத்துக்கு ஏற்ப கட்டுப்பட்டு, வளைந்து, நெளிந்து ஒரு வடிவத்தை அடைந்தபோது அவை எழுத்துக்கள் ஆகின. ஓவியத்தைச் சுண்டக் காய்ச்சி எடுத்த வடிவம்தான் எழுத்துக்கள். ஓவியமும் எழுத்தும் தாயும் சேயும்போல. ஓவியத்துக்கு வயது சுமார் 30 ஆயிரம் ஆண்டுகள் என்றால், எழுத்தின் வயது சுமார் 3,000 ஆண்டுகள்தான். கோடுகளின் கடைக்குட்டிதான் எழுத்து.

ஆதிமனிதனின் முதல் கலைவெளிப்பாடாக உலகம் எங்கும் பாறை ஓவியங்களே இருக்கின்றன.

மனிதனின் பரிணாம வளர்ச்சியில் பாறை ஓவியங்கள் மிக முக்கிய சாட்சியம். எழுதப்பட்ட வரலாறுகளால் எட்டித் தொட முடியாத எல்லையை ஆதிமனிதனின் முதல் கிறுக்கல்கள்தான் ஆவணப்படுத்தியுள்ளன. வைகைக் கரையில் வளர்ந்த நாகரிகமும் தனது பழைமையான சாட்சியங்களை பாறை ஓவியங்களில்தான் பாதுகாத்துவைத்துள்ளது.

மனிதன் வேட்டையாடி வாழ்ந்துகொண்டிருந்த காலத்தில் அவனுக்குப் பெரும் ஓய்வு நேரம் கிடைத்தது. அந்த நேரங்களில், தான் இருந்த குகைகளில் ஓவியங்களை வரைய ஆரம்பித்தான். அப்படி வரையப்பட்ட ஓவியங்களில் ஒன்று ஆண்டிபட்டி - உசிலம்பட்டி கணவாய் பகுதியில், உள்ள சித்திரக்கல் பொடவில் உள்ளது. கலை வரலாற்று ஆய்வாளர் காந்திராஜன், முனைவர் செல்வக்குமார் இருவரும் இந்த ஓவியத்தைக் கண்டறிந்தனர். இந்த ஓவியத்தில் ஒரு யானையை ஆயுதங்களோடு சூழ்ந்து நின்று மனிதர்கள் வேட்டையாடும் காட்சி இடம்பெற்றுள்ளது. இன்றுபோல் யானைகளைத் தந்தங்களுக்காக வேட்டையாட வேண்டிய தேவை எதுவும் அன்றைய நாளில் உருவாகவில்லை. அப்படி எனில், இந்த ஓவியம் எதை உணர்த்துகிறது? மனிதன் யானைகளை ஏன் சுற்றிவளைக்கத் தொடங்கினான்?

யானைகளைப் பற்றி சங்க இலக்கியங்களில் எண்ணிலடங்கா குறிப்புகள் உள்ளன. காலத்தால் மிகப் பழமையான இலக்கியத் தொகுதிகளில் யானைகளைப் பற்றிய குறிப்புகள் இவ்வளவு அதிகம் இடம்பெற்றிருக்கும் மொழியாக தமிழ் மொழியே இருக்கக்கூடும். மலைகளே இல்லாத சோழர்களிடமே 60,000 யானைகள் இருந்தது என்றால், பெரும் மலைத்தொடர்களைக்கொண்ட சேரர்களிடமும் பாண்டியர்களிடமும் அதைவிட அதிக எண்ணிக்கையில் யானைகள் இருந்திருக்க வேண்டும். யானைகளைப் பற்றி நீண்ட நெடுங்கால அனுபவ அறிவு, நமது முன்னோர்களுக்கு உண்டு. அந்த அறிவின் பயனாகத்தான் யானையைப் பற்றி 'கரிநூல்' என்ற நூலை உருவாக்கியுள்ளனர்.

ஆனால், இந்த நூல் நமக்குக் கிடைக்கவில்லை. மறைந்துபோன அறிவுச்சொத்தில் இதுவும் ஒன்று. தமிழ்த்தாத்தா உ.வே.சா., யானைப் பாகர்கள் பலரிடம் யானை நூலைப் பார்த்ததாகப் பதிவுசெய்துள்ளார்.

பாறை ஓவியம்

வெம்பூர்

யானைகளின் குணநலன்கள், அவற்றுக்கு வரக்கூடிய வியாதிகள், அதைத் தீர்க்கும் முறை முதலியவை அந்தச் சுவடியில் இருந்ததாகக் கூறுகிறார். சாஸ்திர நூல் ஒன்று சொல்கிறது, 'குற்றம் செய்த பாகன், யானைக்கு முன் ஓடிப் பிழைத்தால் அவன் குற்றமற்றவன் ஆவான். யானையால் கொல்லப்பட்டு விட்டால் பாவமற்றவன் ஆவான்' என்கிறது. கரிநூலும் யானைகளின் பலநூறு ரகசியங்களைக் கைகளில் எடுத்துக்கொண்டு காலத்துக்கு முன் ஓடித் தப்பித்துவிட்டது. யானைகள் தாங்கள் குற்றமற்றவை என்பதை மனிதன் எழுதிய விதியை வைத்தே மனிதனுக்குச் சொல்லிச் சென்றுவிட்டன. கரிநூல் கிடைக்காவிட்டாலும், தமிழ் இலக்கியத்தில் எழுதப்பட்ட சான்றுகளில் இருந்தும், வடமொழியில் எழுதப்பட்ட நூல்களில் இருந்தும் நாம் பல தகவல்களை அறிந்துகொள்கிறோம். யானைகளை எப்போது பிடிக்க வேண்டும், எப்போது பிடிக்கக் கூடாது, எந்த வகை யானைகளைப் பிடிக்கலாம், எந்த வகை யானைகளைப் பிடிக்கக் கூடாது, பிடிப்பதற்கு எந்த வழிகளைக் கையாள்வது போன்ற வழிமுறைகளை அறிய முடிகிறது.

உதாரணமாக, முதுவேனில் பருவத்தில் வெப்ப மிகுதியால் யானையின் ஆற்றல் குறைந்திருக்கும். அந்தக் காலம் யானைகளைப் பிடிக்க ஏற்ற காலம். அதேபோல இளங்கன்றுகளைப் பிடிக்கக் கூடாது, கருக்கொண்ட யானைகளையும், பாலூட்டும் யானைகளையும் பிடிக்கவே கூடாது என்கிறது பழங்குறிப்புகள்.

'பயப்பு' என்றால் யானை பிடிக்க வெட்டப்படும் குழி என அர்த்தம். பெண் யானை இந்தக் குழியில் விழுந்துவிட்டதைக்

வெம்பூர் குத்துக்கற்கள் வரிசை

கண்டு ஆண் யானை பேரொலி எழுப்புவதாக அகநானூற்றுப் பாடல் ஒன்று சொல்கிறது. யானையின் பிளிறலில் இருந்து பீறிடும் காதலின் தவிப்பைப் பதிவுசெய்கிறது அந்தப் பாடல். மலையில் பெய்த பெருவெள்ளம் மரம், செடி கொடிகளை இழுத்துக்கொண்டு வைகை நதியை வந்தடைந்தது. அவ்வாறு வரும்போது யானையைப் பிடிக்கத் தோண்டப்பட்டிருந்த குழியை அது மேவிவிட்டது என்கிறது பரிபாடல். குழிவெட்டி யானைகளைப் பிடிப்பதைப் பற்றியும், பயிற்றுவிக்கப்பட்ட பெண் யானைகள் மூலம் ஆண் யானைகளைக் குறிப்பிட்ட பகுதிக்கு வரவைத்துப் பிடிப்பதைப் பற்றியும் பல சான்றுகள் பதிவாகியுள்ளன.

ஆனால், இதற்கு எல்லாம் முன் மனிதர்கள் வேல், வில் போன்ற எளிய ஆயுதங்களைக் கொண்டு யானையைப் பிடிக்க முயன்றுள்ளனர். எவ்வளவு பெரிய ஒரு வேலையும் முதல் அடியில்தான் தொடங்குகிறது என்பதைப்போல யானையைப் பிடிக்கும் மனித முயற்சியின் ஆரம்பகட்டமாக இதுவே இருந்துள்ளது. இந்த தொடக்கநிலையை எடுத்துச்சொல்லும் வரலாற்றுச் சான்றாக, சித்திரக்கல் பொடவில் உள்ள ஓவியம் இருக்கிறது. யானைகளைப்

குத்துக்கற்கள் வரிசை (Menhirs)

பிடிக்க தொடர்ந்து சண்டையிட்டு, பல உயிர்களை இழந்த மக்கள், ஒருநாள் யானையை வீழ்த்திய சந்தோஷத்தில் வரைந்த ஓவியமாக இது இருக்கலாம். மனதுக்குள் இருந்த ஆவேசத்தின் வெளிப்பாடாகவோ அல்லது சந்தோஷத்தின் பிரதிபலிப்பாகவோ இந்த ஓவியத்தைக் கருதலாம்.

இந்த ஓவியம் முக்கியமான செய்திகளை நமக்குச் சொல்கிறது. காட்டுக்குள் வேட்டை சமூகமாக மக்கள் இருந்த நிலையில், மதுரையில் அரசு ஒன்று உருவாகிவிட்டது. அந்த அரசின் தேவைக்காக யானைகளைப் பிடிக்கும் பொறுப்பு, காடுகளில் இருந்த பழங்குடி மக்களுக்குக் கொடுக்கப்பட்டுள்ளது. மனிதன் யானையை வெல்லத் தொடங்கிவிட்டான். அதே நேரம் அரசுக்குக் கட்டுப்படவும் தொடங்கிவிட்டான். 'வீழ்ந்தது, சுதந்திரமாகச் சுற்றித்திரிந்த யானை மட்டுமா... அல்லது மனிதனுமா?' என்ற விடை தெரியாத கேள்வியும் தோன்றிவிட்டது.

பாறையில் வரையப்பட்ட ஓவியம் சொல்லும் வரலாறு இது என்றால், பானை ஓட்டில் வரையப்பட்ட ஓர் ஓவியமோ கடல் கடந்த கதையைச் சொல்கிறது!

6

வைகை நதி கடலோடு கலக்கும் முகத்துவாரத்தில் இருக்கும் இடம், அழகன்குளம். இது ஒரு துறைமுக நகரம். தூரதேசங்களில் இருந்து கப்பல்கள் சதா வந்து போய்க்கொண்டிருக்கும் இடம்.

பனை அடர்ந்த அதன் கடற்கரையில், ஒரு நண்பகல் நேரம். வெயிலின் தாக்கம் அதிகமாக இருந்தது. கடற்கரை மணலில் கால் வைக்க முடியவில்லை. வீட்டில் சமையல் செய்ய பானை ஒன்றை வாங்கிவந்த ஒருவன், வெயிலின் தாக்கம் தாங்க முடியாமல் கரையில் இருக்கும் பனைமர நிழலில் உட்கார்ந்தான். கண்கள் மூடி சற்றே ஆசுவாசப்படுத்திக்கொண்டவன், கண்களைத் திறந்து பார்த்தான். கடலில் அசைந்தாடியபடி கப்பல் ஒன்று கரையை நோக்கி வந்துகொண்டிருக்கிறது.

துறைமுகத்துக்கு கப்பல்கள் வந்து போவது ஒன்றும் புதிது அல்ல. அவன் தன் வாழ்நாளில் எத்தனையோ கப்பல்களைப் பார்த்தவன்தான். ஆனால், நீல நிறக் கடலில் எழும் அலைகளினூடே ஏறி இறங்கியபடி வரும் அந்தக் கப்பல் தனித்துவமான அழகோடு இருப்பதை அவன் கூர்ந்து கவனித்தான். அதன் அழகு அவனை சும்மா இருக்கவிடவில்லை. தரையில் கிடந்த உலோகக் குச்சி ஒன்றை எடுத்தவன், அந்தக் கப்பலைப் பார்த்தபடியே கையில் வைத்திருக்கும் பானை ஓட்டின் மேல் கீற ஆரம்பித்தான். அவனது கீறல்களின் மூலம் கொஞ்ச கொஞ்சமாக அந்தக் கப்பல் கோட்டோவியமாகப் பதிவானது.

சிறிது நேரத்தில் கப்பல் துறைமுகம் வந்தடைந்தது. அவன் வெயில் தாழ்ந்தவுடன் எழுந்து வீட்டுக்குச் சென்றுவிட்டான். ஆனால் துடுப்புகள் இழுக்கப்பட்டு, அலைகளுக்கு இடையே முன்னேறும் அந்த ரோமானியக் கப்பலின் ஓவியம் மண்பானையில் நிலைகொண்டுவிட்டது. இது ஒரு தற்செயலான பதிவுதான்; ஆனால், தத்ரூபமான பதிவு.

பானை ஓட்டில் பதிவான இந்த ஓவியம், ஓர் அபூர்வ ஆவணமாக மாறும் என யாரும் நினைத்திருக்க மாட்டார்கள். கரையில் அலை விடாமல் மோதுவதுபோல காலம் வந்து அடித்து, அடித்து அந்தத் துறைமுகத்தையே மண்மூடச் செய்தது. காட்சிகள் மாறின; நூற்றாண்டுகள் உருண்டோடின; அந்த இடத்தில் ஒரு துறைமுகம் இருந்ததை இலக்கியத்தில்கூட யாரும் பதிவுசெய்யாமல் போயினர். தமிழர்களின் நினைவில் இருந்தே அழகன்குளம் அழிந்துபோனது. சுமார் 2,000 ஆண்டுகள் கழிந்த பின்னர், தமிழ்நாடு தொல்லியல் துறையினர் 'கோட்டைமேடு' என மக்களால் இன்று அழைக்கப்படும் அந்த மண் மேவிய பகுதியில் அகழ்வாராய்ச்சி நடத்தினர்.

அப்போது மண்ணுக்குள் நொறுங்கிய நிலையில் சிதையுண்டு கிடந்த பானை ஓடுகள் கிடைத்தன. அதில் கையளவு அகலம் கொண்ட ஒரு பானை ஓட்டில் கீறி வரையப்பட்ட கப்பலின் கோட்டோவியம் ஒன்று இருந்தது. இதை ஆய்வுசெய்த தொல்லியலாளர்கள், இதில் வரையப்பட்டுள்ளது அன்றைய ரோமானியக் கப்பல்

என்றும், இது சுமார் 2,000 ஆண்டுகளுக்கு முற்பட்டது என்றும் உறுதிப்படுத்தினர். நெடுங்காலமாக கப்பல்கள் கடலில் இருந்து கரைக்கு வந்து சேர்ந்த ஒரு பழைய துறைமுகத்தில், முதன்முறையாக மண்ணுக்குள் இருந்து ஒரு கப்பல் மேலெழுந்து கரைக்கு வந்து சேர்ந்திருக்கிறது.

பானை ஓட்டில் அந்தக் கப்பலின் கோட்டோவியம் வரையப்பட்டது என்னவோ ஒரு தற்செயல் நிகழ்வுதான். ஆனால் தற்செயல்கள்தான், பல நேரங்களில் வரலாற்றை வழிநடத்துகின்றன. பல்லாயிரம் மைல் தொலைவு நடந்த வணிகத்துக்கு 16 சென்டிமீட்டர் அகலம்கொண்ட ஒரு பானை ஓடுதான் சாட்சியம். மண் பானையின் மகத்துவம் சமையலில் மட்டும் அல்ல... சரித்திரத்திலும் இருக்கிறது.

கிரேக்கர்களும் ரோம் நாட்டினரும் அந்தக் காலத்தில் 'யவனர்கள்' என அழைக்கப்பட்டனர். இவர்கள் தமிழகத்தோடு நடத்திய கடல் வணிகம் குறித்து பல்வேறு சான்றுகள் உள்ளன.

புறநானூறு, நெடுநல்வாடை, சிலப்பதிகாரம்... உள்ளிட்ட பல சங்க இலக்கிய நூல்களில் தமிழ்ப் புலவர்களும், கிரேக்கத்தைச் சேர்ந்த பெரிபுளஸ், ஸ்டிராபோ, பிளினி, தாலமி ஆகியோரும் இந்த வர்த்தகத்தை விரிவாகப் பதிவுசெய்துள்ளனர். இந்த நெடிய கடல் போக்குவரத்து பற்றி, எழுத்தில் எழுதப்பட்ட எண்ணற்ற ஆவணங்கள் இருக்கின்றன. ஆனால், இவற்றை உறுதிப்படுத்தும் தொல்லியல் ஆதாரங்கள் உண்டா என்ற கேள்விக்கு, சமீப காலமாக பல இடங்களில் இருந்து பதில்கள் கிடைக்கின்றன. அவற்றில் ஒன்றுதான் அழகன்குளத்தில் கண்டறியப்பட்ட பானை ஓட்டு ஓவியம். அவர்கள் அங்கிருந்து வந்து வணிகம் செய்தனர். சரி, தமிழர்கள் அங்கே போய் வணிகத்தில் ஈடுபட்டதற்கான ஆதாரங்கள் உண்டா என்றால், நம்மை ஆச்சர்யப்படவைக்கும் தகவல்கள் நிறையவே உள்ளன.

சில ஆண்டுகளுக்கு முன்னர் எகிப்து நாட்டில் செங்கடல் கரையில் அமைந்துள்ள பண்டைய துறைமுகங்களான க்வெசிர் அல்காதிம், பெரெனிகே ஆகிய இடங்களில் கண்டெடுக்கப்பட்ட பானை ஓடுகளில் 'க(ண்)ணன்' 'சா(த்)தன்' 'கொ(ற்)ற(ப்) பூமான்' என்ற தமிழ்ப் பெயர்கள்

எழுதப்பட்ட தமிழ் பிராமி எழுத்துக்கள் கிடைத்துள்ளன. பாண்டிய நாட்டின் கிழக்குக் கடற்கரைத் துறைமுகமான அழகன்குளத்தில் ரோமானியக் கப்பல் ஒன்று பானை ஓட்டில் பதிவான அதே காலத்தில், எகிப்து நாட்டின் செங்கடல் கடற்கரையில் அமைந்துள்ள ரோம நாட்டுத் துறைமுகத்துக்கு தமிழ்ப் பெயர்கள் பதிவான மண் பானைகள் போய்ச் சேர்ந்தன. பாறையில் எழுதுவதைவிட பானையில் எழுதுவதே காலம்கடந்தும் நிலைத்திருக்கிறது. அதிசயம் என்ற சொல் இல்லாவிட்டால், இவற்றை எல்லாம் நாம் எப்படி வகைப்படுத்த முடியும் எனத் தெரியவில்லை.

இவையாவது வெறும் பெயர்கள் மட்டும்தான். ஆனால், பெயர் இல்லாத ஓர் அரிய கையெழுத்துச் சுவடி, ஆஸ்திரியா நாட்டுத் தலைநகரான வியன்னாவில் உள்ளது. ரோமானிய நாட்டு வணிகனுக்கும், தமிழகத்து வணிகனுக்கும் இடையில் ஏற்பட்ட வணிக ஒப்பந்தம் அது. பாப்பிரஸ் தாளில் எழுதப்பட்டது. இந்திய வணிக ஒப்பந்தங்களில் காலத்தால் மிகப் பழமையான ஒப்பந்தம் இதுவே. முசிறி துறைமுகத்தில்

பொருள் ஏற்றப்பட்டு, மத்தியத் தரைக்கடல் பகுதியில் நைல் நதி முகத்துவாரத்தில் அமைந்துள்ள அலெக்ஸாண்டிரியா நகரைச் சென்று சேருவது சம்பந்தமான ஒப்பந்தம் அது. அங்கு இருந்து மத்தியத் தரைக்கடல் வழியாக ரோம் நாட்டை அடைவதற்கு, வேறு ஓர் ஒப்பந்தம் இருந்திருக்க வேண்டும் என அறிஞர்கள் கருதுகின்றனர்.

இந்த ஒப்பந்தம் கிரேக்க மொழியில் உள்ளதால், அந்த வணிகத்தில் ஈடுபட்ட தமிழ் வணிகனுக்கு, கிரேக்க மொழி தெரிந்திருக்கிறது என்பது தெளிவாகிறது. அன்றைய தமிழகத்தில் கிரேக்கம் தெரிந்தவர்கள் பலரும் இருந்தனர் என்பதை நமது சங்க இலக்கியங்கள் கூறுகின்றன. பெருங்கதையின் நாயகன் உதயணனும், அவனது மனைவிகளில் ஒருத்தியான மான்னீகையும் யவன மொழியை அறிந்தவர்களாகச் சொல்லப்படுகின்றனர்.

நம் நூலகங்களில் இருக்கும் பெருங்கதை சொல்லும் உண்மையைத்தான், ஆஸ்திரியா நாட்டு அருங்காட்சியகத்தில் இருக்கும் அந்த ஒப்பந்தமும் சொல்கிறது. சரி, ஆஸ்திரியா எங்கே இருக்கிறது... அழகன்குளம் எங்கே இருக்கிறது. இவ்வளவு நெடுந்தொலைவு கடல் பயணம் எல்லாம் சங்கக் காலத்தில் எப்படிச் சாத்தியமானது எனக் கேட்டால், அரபிக் கடலில் அடிக்கும் பருவக்காற்றைப் பயன்படுத்தி இந்தப் பயணத்தைச் சாத்தியப்படுத்தியிருக்கின்றனர். கடலில் வீசிய 16 வகையான காற்றையும், எண்ணற்ற கடல் நீரோட்டங்களைப் பற்றிய ஞானமுமே இந்தப் பயணத்துக்கு பாதை அமைத்திருக்கிறது. இயற்கையைப் பற்றிய அபரிமிதமான அறிவே, கடலைக் கடக்கும் ஆற்றலைத் தந்துள்ளது.

கி.பி முதல் நூற்றாண்டில் ஹிப்பாலஸ் என்னும் பெயர்கொண்ட கிரேக்க மாலுமி, பருவக்காற்றின் உதவியால் கிரேக்கத்தில் இருந்து அரபிக் கடலினூடே பயணம்செய்து, தமிழகத்துக்கு வந்து சேரும் ரகசியத்தைக் கண்டுபிடித்தான். அதற்கு முன்பு வரை கிரேக்கக் கப்பல்கள் கரை ஓரமாகவே நெடுந்தொலைவு சுற்றி, தமிழகத்துக்கு வந்துகொண்டிருந்தன. இந்தப் புதிய கண்டுபிடிப்புக்குப் பின், மிக விரைவாக தமிழகத்துக்கு வந்துசேர்ந்தன. கிரேக்கர்கள் அந்தப் பருவக்காற்றை, அதைக் கண்டுபிடித்த ஹிப்பாலஸ்ஸின்

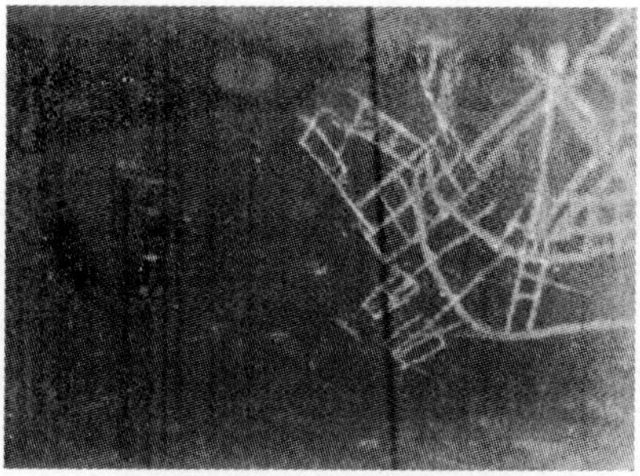
பானையில் கோட்டோவியம்

பெயரிலேயே, 'ஹிப்பாலஸ் பருவக்காற்று' என அழைத்தனர்.

முசிறியில் இருந்து கப்பல்கள் பொருட்களை ஏற்றிக்கொண்டு செங்கடல் துறைமுகத்தை 40 நாட்களில் சென்று அடைந்திருக்கின்றன. அரபிக்கடலில் வீசும் பருவக்காற்றைப் பயன்படுத்தி நிகழ்ந்த பயணமாக இது இருந்துள்ளது.

பருவக்காற்றை நம்பிய இந்தக் கடல் பயணம், பெரும் செல்வத்தைத் தந்ததைப் போலவே பெருந்துயரத்தையும் தந்திருக்கிறது. பருவக்காற்றின் திசையைக் கணிக்க முடிந்த மனிதனால் அதன் வேகத்தையும் விபரீதத்தையும் கணிக்க முடியவில்லை. கப்பல் ஏறிச் செல்லும் ஒவ்வொரு மனிதனும், மீண்டும் கரை வந்து சேருவது என்பது சாதாரணமாக நடந்துவிடவில்லை. ஒவ்வொரு கடல் பயணமும் வாழ்வின் கடைசிப் பயணமாக அமையும் வாய்ப்பையே அதிகம் கொண்டிருந்தது.

சாதுவன் என்கிற வணிகன் பூம்புகாரில் இருந்து சாவக் தீவுக்கு வணிகம் செய்யப்போகிறான். அவன் பயணம் செய்த கப்பல் புயலில் சிக்கி கடலில் மூழ்கிவிட்டது. அதில் பயணம் செய்த அனைவரும் இறந்துவிட்டனர். ஆனால், சாதுவன் மட்டும் கையில் கிடைத்த மரக்கட்டையின் உதவியால் நீந்தி நாகர் மலைத் தீவில் கரையேறி, பின்னர் நீண்ட காலம்கழித்து மீண்டும் ஊர் திரும்பும் கதையை மணிமேகலை கூறுகிறது.

கடல் பயணத்தில் இறந்துபோனதாகக் கருதப்பட்டவன் பல ஆண்டுகளுக்குப் பின்னர் திரும்பி வந்தபோது, நிலைமை எப்படி இருந்திருக்கும்? 'அய்யோ... வந்திருப்பது பேயோ, பிசாசோ..!' என ஊரே அலறியடித்து ஓடியிருக்கும். ஓடும் கூட்டத்துக்குள் தனது மகளும் மகனும் இருப்பதைப் பார்த்தவன் என்னவாக ஆகியிருப்பான்? எந்த உயிர்களையும் உறவுகளையும் பார்ப்பதற்காக அவன் மரணத்தோடு போராடி மீண்டு வந்தானோ, அந்த உறவுகள் மரணத்தைவிட

காலத்தால் மூத்த
வணிக ஒப்பந்த நகல்...

வலி நிறைந்த வாழ்வைப் பரிசாக வழங்கியிருக்கும்.

இந்தக் கதை, அன்று கப்பல் ஏறிய ஒவ்வொரு மனிதனையும் பின்தொடர்ந்த கதைதான். காற்றையும் கடலையும் எதிர்கொள்ளும் நெடுந்தொலைவுப் பயணம், கணக்கு இல்லா கண்ணீரை தனது குடும்பத்தினர் சிந்துவதன் மூலம்தான் நிறைவேறியிருக்கும். வணிகத்தின் கொடுக்கல் வாங்கல் என்பது நாகரிகம், பண்பாடு, தொழில்நுட்பம் அனைத்தையும் ஓர் எல்லையில் இருந்து இன்னோர் எல்லைக்குக் கைமாற்றுகிறது. ஆனால் மாற்ற முடியாததாக இருந்தது, கடலில் போனவனுக்காக கரையில் இருந்தவர்கள் சிந்திய கண்ணீர்.

வரலாறு மற்றும் தொல்லியல் சான்றுகள் வணிகத்தால் ஏற்பட்ட வளமையைப் பேசின. ஆனால், அந்த வணிகக் குடும்பத்தினரின் தவிப்பையும் இழப்பையும், இலக்கியங்களும் பண்பாடும்தான் பதிவுசெய்தன.

எகிப்து நாட்டின் துறைமுகத்தில் கிடைத்த பானை ஓடும், ஆஸ்திரியா நாட்டு அருங்காட்சியகத்தில் இருக்கும் ஒரு வணிக ஒப்பந்தமும், அழகன்குளத்துப் பானை ஓட்டு ஓவியமும் இந்த வணிகம் சிறப்பாக நடந்ததற்கான விஞ்ஞானபூர்வமான சான்றை உலகுக்குத் தந்துள்ளன. அந்தச் சான்றை மேலும் உறுதிப்படுத்த இலக்கியம் கடல் அளவு கண்ணீரைத் தனக்குள் தேக்கிவைத்திருக்கிறது.

அந்தக் கண்ணீர் அழகன்குளத்துப் பானை ஓட்டில் வரையப்பட்ட கோட்டோவியத்துக்கு வேறு ஒரு கதையைச் சொல்கிறது!

7

வைகை நதியின் முகத்துவாரத்தில் இருக்கும் அழகன்குளத்தில், அகழாய்வில் கண்டெடுக்கப்பட்ட பானை ஓட்டின் மீது வரையப்பட்ட கப்பல் கோட்டோவியத்தை, ஓர் ஆண் வரைந்தான் என எப்படிச் சொல்ல முடியும்? அதை ஏன் ஒரு பெண் வரைந்திருக்கக் கூடாது? அந்தப் பானை எந்தக் காலத்தில் உருவாக்கப்பட்டது என்பதை வேண்டுமானால் நவீன விஞ்ஞான ஆய்வுக்கு உட்படுத்திக் கண்டுபிடிக்கலாம். ஆனால், அதில் கோட்டோவியம் வரைந்தது ஆணா, பெண்ணா என எந்த விஞ்ஞான முறையாலும் கண்டுபிடிக்க முடியாது. ஆனால், பண்பாட்டுக் கருவிகளைக்கொண்டு அவற்றை அனுமானிக்க முடியும்.

ஆணோடு சம்பந்தப்பட்ட பொருள் அல்ல பானை... அது சதா சர்வகாலமும்

பெண்ணோடு சம்பந்தப்பட்டது. தலையிலும் இடுப்பிலும் பானையைத் தூக்கிச் செல்லும் பெண்களைப் பற்றித்தான் இலக்கியங்கள் பேசுகின்றன. அப்படிப்பட்ட ஓர் ஆண்கூட இலக்கியப் பரப்பு எங்கும் தென்படவில்லை. இடுப்பில் பானையைத் தூக்கி, கள் விற்கும் பெண்களையும், இறுமாப்பு குறையாமல் அதை வாங்கிக் குடிக்கும் ஆண்களையும்தான் நாம் மீண்டும் மீண்டும் பார்க்கிறோம்.

இந்த ஓவியத்தை ஆண் வரைந்திருக்க மாட்டான் என்பதற்கு, இரண்டு காரணங்களை நம்மால் கூற முடியும். ஓவியக் கலையைக் கற்ற ஆண், பானை ஓட்டில் படம் வரைந்துகொண்டிருக்க மாட்டான். அவன் படம் வரைய உயரிய பொருட்கள் பல உள்ளன. அவனது தூரிகை மண்ணில் கிடக்கும் ஓர் இரும்புக்குச்சியாகவோ, அவன் வரையவேண்டிய திரைச்சீலை ஒரு மண்பானையின் மேற்புறமாகவோ இருந்திருக்க வாய்ப்பே இல்லை.

அப்படி எனில், 'ஓவியக் கலை கற்காத ஓர் ஆண் இதை வரைந்திருக்க மாட்டானா?' என்றால், நிச்சயமாக அதற்கும் வாய்ப்பு இல்லை. ஏனென்றால், ஓவியக் கலை கற்காத ஆணுக்கு நேர்க்கோடுகளும் வளைவுகளும் இவ்வளவு நேர்த்தியாக வராது. அதுவும் கோடுகள் கோணலாகாமல் முதல் கீறலிலேயே தெளிவாக வர எந்த வாய்ப்பும் இல்லை. கண்டறியப்பட்ட பானை ஓட்டுக் கோட்டோவியமோ தெளிவான கோடுகளைக் கொண்டதாக இருக்கிறது. ஒரு கோடுகூட குறுக்குச்சால் ஓட்டவில்லை.

பெண் இந்த ஓவியத்தை வரைந்திருப்பதற்கான வாய்ப்புகள் நிறையவே இருக்கின்றன. பானை, பெண்களுக்கு எந்நேரமும் மிக நெருக்கமாக இருக்கும் ஒரு பொருள். அவளது விரல்கள் பேசும் மொழியைக் கேட்டுப் பழகியவை பானைகள். மரத்தைச் சுற்றி கொடி படர்வதைப்போல எல்லா பானைகளும் பெண்களைச் சுற்றித்தான் காலம் முழுவதும் இயங்குகின்றன. அவள் அதில் கீறிவைக்கவும் கிறுக்கிவைக்கவுமே வாய்ப்புகள் மிக அதிகம். அவளது தற்செயலான கிறுக்கல்கள்கூட மிக அழகானவையாகத்தான் இருக்கும். அப்படி ஒரு தற்செயல் நிகழ்வாகத்தான் அந்தக் கோட்டோவியத்தைக் கிறுக்கியிருப்பாள். தற்செயலாகக்

கிறுக்கப்பட்ட கோடுகள் இவ்வளவு நேர்த்தியாக இருப்பது கண்டு ஆச்சர்யப்பட ஏதும் இல்லை. ஏனென்றால், அவள் நேர்க்கோடுகளையும் வளைந்த கோடுகளையும்தான் முற்றத்தில் போடும் கோலத்தின் வழியாக சிறுபிராயத்திலேயே கற்றுத் தேர்ந்துவிடுகிறாள். அவள் விரல்களின் வழியே மறுமுறை அழித்துப் போடவேண்டிய அவசியம் இல்லாமல், கோடுகள் அவளின் சொல்பேச்சு கேட்டு நிற்கும்; நகரும்; முடியும்.

அழகுணர்ச்சிமிக்க வரைகலையைத்தான் தமிழ் இலக்கியம் 'கோலம்' என அர்த்தப்படுத்துகிறது. அழகுணர்ச்சி நிறைந்த இந்தக் கலையை, ஆதியில் இருந்து பயின்றுவருபவள் பெண்.

வைகையில் நீராடும் பெண்கள், அந்தப் புது நீர், கோலம்கொள்ளும் பொருட்டு மலர் மாலைகளையும் சந்தனத்தையும் அணிகலன்களையும் வைத்துச் செய்யும் வேலைகளைப் பட்டியல்போடுகிறது பரிபாடல்.

நீரானாலும் நிலமானாலும் அழகூட்டி, கோலங்கொள்ளச்செய்வது பெண்ணுக்கு கைவந்த கலை. அவளால் பெரிய முன்தயாரிப்புகள் இல்லாமல், கையில் கிடைத்த ஓர் உலோகக் குச்சியால், பானை ஓட்டில் கீறி ஒரு கப்பலின் வரைபடத்தை எந்த மெனக்கெடலும் இல்லாமல், எளிதில் வரைந்திருக்க முடியும். எனவே, அந்தப் பானை ஓட்டுக் கோட்டோவியத்தை, ஓர் ஆண் வரைந்தான் என்பதைவிட அதை ஒரு பெண் வரைந்திருப்பாள் என்பதற்கான வாய்ப்புகளே அதிகம்.

'சரி, அவள் ஏன் கப்பலை வரைய வேண்டும்? தனது வீட்டையோ, கரையில் இருக்கும் பனை மரத்தையோ, கண்ணுக்கு முன்பாக விரிந்துகிடக்கும் கடலையோ வரைந்திருக்கலாமே!' என்றால், அவளோடு சம்பந்தப்பட்ட ஆண் அதில் ஏறித்தானே வணிகம் செய்ய கடலுக்குப் போனான். 'போனவன் வந்து சேரவில்லையே... எப்போது வருவானோ?' என்கிற தவிப்போடு கடலையே பார்த்தபடி எவ்வளவோ காலமாக நின்றுகொண்டிருக்கிறாள்!

கடலில் பயணம்போன எல்லா ஆண்களின் நினைவுகளும் ஏதோ ஒருவகையில் ஒரு பெண்ணின் இதயத்தில்தான் நங்கூரம் பாய்ச்சி நிலைகொண்டுள்ளது. அசையும் கப்பலாக அவன் நினைவும், நங்கூரம் கிழிக்கும் அடிநிலமாக அவள் மனமும் எப்போதும் இருக்கின்றன. துடிக்கும் தாயும், தவிக்கும் மகளும், கலங்கும் மனைவியும், கதறும் காதலியுமாக எல்லா வடிவங்களிலும் நீர் தேங்கிய கண்களோடு, அலைமோதும் கரையில் அவள் நின்றுகொண்டே இருக்கிறாள்.

இரு வகை பிரிவைப் பற்றி தொல்காப்பியம் பேசுகிறது. கால் நடையாக பொருள் தேடிச் செல்வதை 'காலிற்பிரிவு' என்றும், கடல் கடந்து செல்வதை 'கலத்திற்பிரிவு' என்றும் சொல்கிறது. இந்தக் கடல் கடந்த பிரிவுக்குக் காரணமானவன் எவ்வளவு தூரம் கடந்துசென்றான் என்பதை இலக்கியங்கள், பல அளவைகள் கொண்டு அளக்கின்றன; பருவகால அளவை வைத்துச் சொல்கின்றன; தலைவியின் காத்திருப்பை வைத்துச் சொல்கின்றன; அவள் சிந்தும் கண்ணீரை வைத்துச் சொல்கின்றன.

காலம், காத்திருப்பு, கண்ணீர் எல்லாமே அளவீட்டுக் கருவிகள்தான். அவள் சிந்திய கண்ணீர்த்துளியின்

இடைவெளிகளில் பயண நீளத்தைப் பற்றிய கணக்கீடுகளும் அடங்கியுள்ளன. பயணத்தை, தூரம் கொண்டு அளவிட்டுச் சொல்வது விஞ்ஞானம்; துயரம் கொண்டு அளவிட்டுச் சொல்வது இலக்கியம். விஞ்ஞானம், இடைவெளியின் நீளத்தை மட்டும் சொல்கிறது. இலக்கியம், இடைவெளியின் ஆழத்தை, கனத்தை அதன் மொத்தப் பரிமாணத்தையும் சொல்கிறது. கண்ணீர்த் துளிகளை எண்ணிக்கைகொண்டு ஒருபோதும் அளக்க முடியாது அல்லவா?!

திருமணம் முடிந்து சிறிது நாளே ஆன கணவன், தொழில் நிமித்தம் மனைவியைப் பிரிந்து கப்பலில் புறப்பட்டுப்

போனான். அச்சம்கொள்ளும் நாவாய், இரவும் பகலும் ஓர் இடம் நில்லாது, நீரைக் கிழித்துக்கொண்டு முன்னேறிப் போய்க்கொண்டே இருக்கும். மாதங்கள் பலவாகின. இன்னும் அவன் திரும்பவில்லை. அவளின் துயரத்தை, அவனிடம் போய்ச் சொல்லக்கூட எந்த வழியும் இல்லையே எனக் கையறுநிலையில் கதறும் பெண்ணின் உள்ளக்குமுறலை அகநானூற்றில் பதிவுசெய்கிறான் மதுரை மருதன் இளநாகன்.

இப்படிப்பட்ட காத்திருப்பும் தவிப்பும்தான் பெண்ணை அலைக்கழித்தன. அந்த அலைக்கழிப்பின் வெளிப்பாடுகளில் ஒன்றாக இந்தப் பானை ஓட்டுக் கோட்டோவியம் இருக்கலாம். தனக்கானவன் பயணம்போன கப்பலின் நினைவு அவளது எண்ணத்தில் உறைந்து கிடக்க, ஒடுங்கிய வீட்டுக்குள், இருள் சூழ்ந்த ஒரு நள்ளிரவில், விளக்கு ஒளியின் சிறுவெளிச்சத்தில் அவள் வரைந்த கோட்டோவியமாகக்கூட இது இருக்கலாம். இதை கப்பல் என நினைத்து அவள் வரைந்திருக்க மாட்டாள்... கரை சேராத தனது கனவு என நினைத்தே வரைந்திருப்பாள்.

கப்பலில் ஆணை அனுப்பிவிட்டு எல்லா பெண்களுமா வீட்டில் இருந்தார்கள்... சிலராவது கப்பலில் உடன் போயிருப்பார்கள் அல்லவா? என்றால், பெண் கடல் பயணம் செய்யக் கூடாது என்ற கொள்கை ஆரம்பம் முதலே இருந்துள்ளது. 'முந்நீர் வழக்கம் மகடூஉ வோடு இல்லை' என தொல்காப்பியன் திட்டவட்டமாக வரையறுக்கிறான்.

ஈராயிரம் ஆண்டு தமிழ் இலக்கியத்தில் பெண்ணின் நிலை மிக உயர்ந்த இடத்தில் இருந்த காலமாக சங்ககாலத்தைத்தான் நாம் சொல்ல முடியும். நட்பை, காதலை, காமத்தை பெண் அவ்வளவு வெளிப்படையாகப் பேச, அதன் பிறகு இரண்டாயிரம் ஆண்டுகள் ஆகியுள்ளது. தத்துவத்தை விசாரணை செய்வதில் தொடங்கி, பூசாரியாக சமூகத்துக்கு குறிசொல்வது வரை, மிக முக்கிய இடங்களில் எல்லாம், பெண் இயங்கிக்கொண்டிருந்த ஒரு காலம். பெண் அவ்வளவு வலிமையுடன் இருந்த அந்தக் காலத்தில்கூட, அவள் கப்பலில் செல்ல அனுமதிக்கப்படவில்லை.

பழம்நூல்களில் குறிப்பிடப்படுகிற இரண்டு பெண்கள், கப்பலில் பயணம் செய்திருப்பதற்கான வாய்ப்புகள் இருந்துள்ளதாக நாம் கருதலாம். இலங்கையின் வரலாற்றைக்

கூறும் ‘மகாவம்சம்’, இலங்கையை முதன்முதலாக ஆட்சி செய்த மன்னன் விஜயன், பாண்டிய அரசனின் மகளை மணந்தான் எனக் கூறுகிறது.

அசோகப் பேரரசன், இலங்கை மன்னன் தீசனுக்கு அனுப்பிவைத்த பட்டாபிஷேக அன்பளிப்புப் பொருட்கள் பற்றி ‘வம்சத்த பாஹாசினி’ என்ற பாலி மொழி நூல் விரிவான செய்திகளைப் பதிவு செய்கிறது. அதில், ‘ஒரு சாமரை, ஓர் அரச சின்னம், ஒரு வாள், நிழற்குடை, சிவந்த புற்றுமண், கங்கையின் புனித நீர், தங்கத் தாம்பாளங்கள், திரைபோட்ட அரச கட்டில், புனித ஒலியைத் தரும் மங்கலகரமான வெண்சங்கு, அன்று மலர்ந்த செந்தாமரையைப்போல இளமை இதழ் விரியும் கன்னிகை ஒருத்தி...’ என அந்தப் பட்டியல் நீள்கிறது.

பேரரசன் அசோகனால் அனுப்பப்பட்டவர்கள் பாண்டிய நாட்டின் கடற்கரை வழியாகத்தான் இலங்கைக்குப் போயிருக்க முடியும். எனவே, அசோகனால் அனுப்பப்பட்ட அந்தப் பெண்ணும், மணம்முடித்து அனுப்பப்பட்ட பாண்டியனின் மகளும்தான் தமிழகத்தின் துறையில் இருந்து, கடல் தாண்டி கப்பலில் பயணம் செய்ததாக இலக்கியக் குறிப்புகளில் இருந்து நாம் அனுமானிக்கலாம். வேறு எந்தப் பெண்ணும் கப்பலில் பயணம் செய்திருக்க வாய்ப்பு இல்லை.

கப்பல், நாவாய், மரக்கலம், கலம், வங்கம், தோணி... என எண்ணற்ற பெயர்களில் அழைக்கப்படும் கடல் வாகனங்கள் எல்லாமே ஆணின் வாகனமாகத்தான் இருந்திருக்கின்றன. பெண் ஒருபோதும் உள்நுழைய முடியாத இடமாக கப்பல்கள் இருந்துள்ளன. மறுக்கப்படுகிற இடத்தின் மீதான ஈர்ப்பே எப்போதும் அதிகம். கப்பல்களின் மீதான ஈர்ப்பு, ஒரு பெண்ணுக்கு இருப்பது இயல்பே. அத்தகைய ஈர்ப்பின் வெளிப்பாடாகவும் இந்தக் கோட்டோவியம் இருக்கலாம். தான் ஒருபோதும் பயணிக்காத கப்பலைத்தான், காலங்கடந்து பயணிக்க வைத்திருக்கிறாள் பெண்.

அழகன்குளத்தில் கண்டெடுக்கப்பட்ட கப்பலின் கதையோ காத்திருப்பு மற்றும் புறக்கணிப்பின் அடையாளம் என்றால், அதே கடற்கரையில் பறந்து சென்ற காக்கையின் கதையோ வியப்பின் குறியீடாக உள்ளது!

8

கிரேக்கத்துக்கும் தமிழகத்துக்கும் இடையில் நிகழ்ந்த வணிகத்தின் சாட்சியாக அழகன்குளத்து கப்பல் கோட்டோவியம் இருப்பதைப் போல, அதற்கு சில ஆயிரம் ஆண்டுகளுக்கு முன்னால் இருந்த பெரும் நாகரிகங்களின் வணிக சாட்சியாக கப்பல் முத்திரைகள் இருந்துள்ளன. கடல்வெளியை கப்பல்களும் காலவெளியை காக்கைகளும் இணைத்துள்ளன.

நைல் நதிக்கரையில் உருவான எகிப்திய நாகரிகமும், யூப்ரெடீஸ்டைக்ரஸ் நதிக்கரைகளில் உருவான சுமேரிய நாகரிகமும், சிந்து நதிக்கரையில் உருவான சிந்துவெளி நாகரிகமும் தங்களுக்கு இடையில் நிகழ்த்திக்கொண்ட வணிகத் தொடர்பு குறித்து பல்வேறு ஆதாரங்கள் அங்கு நிகழும் அகழாய்வுகளில் கிடைத்து வருகின்றன.

சுமேரிய நாகரிகத்தின் முத்திரைகள் சிந்துவெளிப் பகுதியில் நிகழ்த்தப்பட்ட அகழாய்விலும், சிந்துவெளி நாகரிகத்தின் அடையாளங்கள் சுமேரியப் பகுதியில் நிகழ்த்தப்பட்ட அகழாய்விலும் கிடைத்துள்ளன.

சிந்துவெளிப் பகுதியில் கண்டறியப்பட்ட கப்பல் முத்திரைகள் அன்றைய செழிப்பு மிகுந்த நாகரிகத்தின் சான்றாக விளங்குகின்றன. சிந்துவெளியில் கிடைத்த முத்திரையில் உள்ள கப்பல், புராதன எகிப்தில் கட்டப்பட்ட கப்பலின் வடிவத்தைப்போல இருப்பதை ஆய்வாளர்கள் உறுதிப்படுத்துகின்றனர். அதேபோல சுமேரிய நாகரிகத்தில் 'ஃபாரா' (ஈராக்) என்ற இடத்தில் நடந்த அகழாய்வில் கிடைத்த முத்திரையில் உள்ள கப்பல், சிந்துவெளி நாகரிகத்தின் அடையாளத்தைப் பிரதிபலிப்பவை என்று ஆய்வாளர்கள் கூறுகின்றனர்.

நடுக்கடல் பயண வழிகள், கண்டு அறியப்படாத காலம் அது. அந்தக் காலத்தில் கரையை ஒட்டிய பயணமாக கப்பல்கள் செல்லும்பொழுது சில நேரங்களில் கப்பல்கள் விலகி, கடலுக்குள் நீண்ட தூரம் சென்றுவிட்டால், கரை எந்தத் திசையில் இருக்கிறது என்பது தெரியாமல் போய்விடும். அப்பொழுது மாலுமி, தன்னிடம் உள்ள காகத்தை எடுத்துப் பறக்கவிடுவார். அது, கரை இருக்கும் திசையை நோக்கிப் பறந்து செல்லும். அதனை வைத்து, கப்பலை அவர் இயக்குவார். கப்பல்களுக்கு காகங்கள் வழிகாட்டிய காலம் அது. ஃபாராவில் கிடைத்த கப்பல் முத்திரையில் திசைகாட்டும் பறவையும் சேர்ந்திருக்கிறது. காகத்தை அறிந்திராத சுமேரியப் பகுதியில் கிடைத்துள்ள இந்த முத்திரையானது, சிந்துவெளிப் பகுதியில் நடந்த வணிகப் பரிமாற்றத்தின் சான்றாகப் பார்க்கப்படுகிறது.

காலத்தின் பேரழிவுக்குள் சிக்கி இந்த நாகரிகங்கள் மறைந்தன. கட்டடங்கள், சாலைகள், குளங்கள் என்று மனிதனால் அலங்கரித்து, பாதுகாக்கப்பட்ட நிலப்பகுதி மண்ணுக்குள் மூழ்கியது. அவன் பேசிய மொழியும், அவன் எழுதிய எழுத்தும், அவன் வணங்கிய கடவுளும், கூடவே அவனும் அறிய முடியாத, புதிரான காரணங்களுக்குள் புதையுண்டனர். காலத்தின் பெரும் காட்சி ஒன்று உதிர்ந்து குவிந்தது.

பெரும் புகைமூட்டம் எனும் இருள் சூழ்ந்த ஒரு காலத்தை விலக்கி, இந்திய நிலப்பரப்பில் இரண்டாவது சகாப்தம் தொடங்கியது. உதித்து எழும் புலர்காலை பொழுதைப்போல புதிய நாகரிகத்தின் வாசல்படிக்குள் புத்தொளி பரவியது. அதன் ஆரம்பகாலத்தில் உருவான மாமனிதர் புத்தர், "நீண்ட காலத்துக்கு முன்னர் கடல் வணிகர்கள் கப்பலில் கடற்பயணம் மேற்கொள்ளும்போது தங்களுடன் ஒரு பறவையையும் கொண்டுசெல்வார்கள். கரை இருக்கும் இடத்தைக் கண்டுபிடிக்கும் அபூர்வத் திறன் படைத்தது அந்தப் பறவை. நடுக்கடலில் செல்லும்போது எங்கும் கரை காணப்படவில்லை என்றால், உடனே அந்தப் பறவையை பறக்கவிடுவார்கள். அது கிழக்கே செல்லும்; மேற்கே செல்லும்; தெற்கே செல்லும்; வடக்கே செல்லும்; இவற்றுக்கு இடைப்பட்ட இடங்களுக்கும் செல்லும். அப்பொழுது அடிவானில் எங்கேனும் நிலம் தென்பட்டால், அது திரும்பக் கப்பலுக்கு வந்து சேரும்" என்ற உதாரணத்தை தனது உரையின் ஊடே குறிப்பிடுகிறார்.

இந்த வழக்கம் அனைவராலும் அறிந்த வழக்கமாகவும், பரவலாகத் தெரிந்த வழக்கமாகவும் இருந்ததால்தான், சாதாரணமாகப் பேச்சுவழக்கில் இது உவமையாகப் பயன்படுத்தப்பட்டுள்ளது என்பது ஆய்வாளர்களின் கருத்து.

அதாவது, சுமேரிய அகழாய்வில் கிடைத்த சிந்துவெளி நாகரிகத்துக் காக்கை, 1,000 ஆண்டுகளுக்கு மேலாகப் பறந்து வந்து, சாக்கிய வம்சத்து அரசகுலத்தில் தோன்றிய மாமனிதரான புத்தரின் கதைக்குள் நுழைந்திருக்கிறது. காகம், கடலைக் கடக்கும் வல்லமையை மட்டுமல்ல, காலத்தைக் கடக்கும் வல்லமையையும் கொண்டுள்ளது. அந்தக் காகம் சுமேரியாவில் உதிர்ந்துகிடந்த சுள்ளிகளை எடுத்துவந்து போதிமரத்தில் கூடுகட்டியதன் சான்றுதான் இந்தக் கதை.

அழிந்த ஒரு யுகத்தினுடைய அறிவுச்செல்வத்தை, அடுத்த யுகத்துக்குக் கொண்டுவந்து சேர்ப்பதுதான் கலை இலக்கியத்தின் சக்தி. 'சிந்துபாத் கதைகள்' தொடங்கி, 'புத்த ஜாதகக் கதைகள்' வரை காலத்தின் மாபெரும் சாட்சியத்தை தனது தோள்களில் தூக்கிக் கொண்டுவந்து சேர்த்துள்ளது. 'மேற்கே சிந்துபாத் கதையிலும், வடக்கே புத்த ஜாதகக் கதைக்குள்ளும் பறந்து திரிந்த காக்கைகள்

தென்னகத்தின் கதைப்பரப்புக்குள் வராமலா போயிருக்கும்!' என்று யோசித்தால், ஒரு நாட்டுப்புற நம்பிக்கைதான் முதலில் ஞாபகத்துக்கு வருகிறது.

'காக்கை கரைந்தால் விருந்து வரும்' என்பது இன்றளவும் தமிழகத்துக் கிராமப்புறங்களில் நிலவும் நம்பிக்கை. இந்த நம்பிக்கை எதிலிருந்து உருவாகியிருக்கும்? வீட்டுக்கு வரும் விருந்தினரைப் பார்த்ததும், கரைந்து குரல் கொடுத்த காக்கையின் செயலில் இருந்து தொடங்கி இருக்குமா? என்றால், அப்படி இருப்பதற்கான வாய்ப்புகள் குறைவு. ஏனென்றால், வீட்டுக்கு வரும் அயலாரைப் பார்த்ததும் முதலில் சத்தம் எழுப்புவது நாயாகத்தான் இருக்கும். வீட்டைச் சுற்றி இருக்கும் பிற பிராணிகள்கூட தன்னுடைய

சூழலுக்குள் நுழையும் புதிய மனிதர்களைப் பார்த்து சற்றே குரல் எழுப்பி, நிலைகுலையும். இத்தகைய நிலையில் காக்கை மட்டும் தனித்துக் கரைவதின் மூலம் ஒரு நம்பிக்கை உருவாக வாய்ப்பு இல்லை.

அப்படி என்றால் இந்த நம்பிக்கையின் ஆரம்பப்புள்ளி எதுவாக இருக்கும் என்று யோசித்தால், அது கடற்கரை சார்ந்த பகுதிக்கு நம்மை இட்டுச் செல்கிறது. கடலின் உள்பகுதியில் இருக்கும் கப்பல், கரை தெரியாமல் தடுமாறும்போது, கப்பலின் மாலுமி காக்கையை வானில் பறக்கவிட்டிருக்கிறான். அவை கரையைப் பார்த்துப் பறந்து வருவதை கடற்கரையில் இருந்த மக்கள் கவனித்துள்ளனர். காக்கை வந்த பின், சற்று அவகாசத்தில் கடலுக்குள் இருந்து கப்பல் கரைக்கு வந்துள்ளது. வணிகத்துக்கு வந்தவர்கள் பெரும் பொருளோடும் புதிய பண்பாட்டோடும் வந்து இறங்கியிருக்கின்றனர். இந்தப் புது விருந்தினர்களின் முன்வருகையை உணர்த்துவதாக காக்கை இருந்தது என்பதே இந்த நம்பிக்கை உருவாக மூலக் காரணமாக இருந்துள்ளது எனக் கருதலாம்.

'நாட்டார் மரபு மட்டும்தானா... அந்தக் கால செவ்வியல் இலக்கியத்தில் இது சார்ந்த பதிவுகள் இல்லையா?' என்றால் காக்கைபாடினியார் நச்செள்ளையார் வந்து நம் முன்னால் நிற்கிறார். 'விருந்தினர் வரவை உணர்த்தும் காக்கையும் கரைந்தது' என்பதைப் பாடியதற்காகவே காக்கைபாடினியார் என்று பெயர் எடுத்த கவி. இன்று இருக்கும் இந்த நம்பிக்கைதான் 2,000 ஆண்டுகளுக்கும் முன்னால் இருந்தது என்பதற்கு இந்தப் பாடலும், பாடலாசிரியரின் பெயருமே சான்று கூறுகின்றன.

இந்தக் கவியும் நாம் மேலே சொன்ன செய்தியை உறுதிப்படுத்துபவராக இருக்கிறார் என்பதை அவரின் இந்த ஒற்றைக் கவிதையில் இருந்து மட்டும் முடிவுக்குப் போய்விட முடியாது. அவர் எழுதிய பிற கவிதைகளைப் பார்த்தால் அவையும் நம்மை ஆச்சர்யப்படுத்துகின்றன. கடலைப் பற்றியும், கடலில் வீசும் வலுவான காற்றைப் பற்றியும், அயல்நாடுகளில் இருந்து அரிய பொருள்களைக் கொண்டு வருவதற்காக கடல்நீரில் மிதந்து வரும் கப்பல்களைப் பற்றியும், கடல் வழியாகக் கொண்டுவந்து சேர்க்கப்படும்

மொஹஞ்சதாரோவில் கண்டெடுக்கப்பட்ட படகு சின்னங்களில் ஒன்று

பொருட்களைப் பத்திரப்படுத்தக் கட்டப்பட்டுள்ள பண்டகசாலைகளைப் பற்றியும், குளிர்மிகுந்த கடற்காற்றால் ஏற்படும் நடுக்கத்தைப் பற்றியும் மிகநுட்பமாக பல்வேறு பதிவுகளைச் செய்துள்ளார். அவரது கவிதைகளின் இடுக்குகளில் கடலில் வீசும் உப்பங்காற்றின் ஈரம் உலராமல் அப்படியே இருக்கிறது.

சுமேரிய அகழாய்வில் கிடைத்த, சிந்துவெளி நாகரிகத்துக் காக்கையை புத்த ஜாதகக் கதைகளின் வழியே விரட்டிவந்து சங்க இலக்கியத்துக்குள் கண்டுபிடிப்பது சற்றே மிகையாகத் தோன்றுமானால், அதுவே சரி. ஏனென்றால், நம்மைப் பொறுத்தவரை கண்ணுக்கெட்டிய தூரம் மட்டுமே பார்த்துப் பழகிவிட்டோம். தொடு வானத்துக்கு அப்பால் நம்மால் பறந்து செல்லவும் முடியாது, பார்த்துக்கொள்ளவும் முடியாது. ஆனால், நாம் இப்பொழுது சொல்லிக்கொண்டிருப்பது தொடுவானத்துக்கு அப்பால் கடலிலும் காலத்திலும் என்ன இருந்தது என்பதைப் பற்றியது!

காலம் எவ்வளவு தூரம் நிலைத்திருக்குமோ, அவ்வளவு தூரம் நிலைகுலையவும் செய்யும். காலம் நிலைகுலையும் இடத்தில்தான் மனிதன் திமிறி எழுந்து, தன்னை நிலைநிறுத்திக் கொள்கிறான். காலத்துடன் அவன் நடத்தும் போராட்டம், காலங்காலமாக நிகழ்ந்து கொண்டிருப்பது. 4,000 ஆண்டுகளுக்கு முன்னால் சிந்துவெளி மக்கள் தலைமுடியை

சீவப் பயன்படுத்திய அதே வகை சீப்பு இன்றும் இந்தியாவில் செய்யப்படுகிறது. நீங்களும் நானும் தலைவாரும் சீப்புக்கான காப்புரிமை ஹரப்பன்களிடம்தான் இருக்கிறது. காலம் எல்லாவற்றையும் அழித்தாலும், நினைவுகளின் ஓரத்தின் வழியே மனிதன் ஒரு கிளை நதியை உருவாக்கி புதிய நிலத்துக்கு வந்து பழைய விதைகளை நட்டுவிடுகிறான். ஒரு முறை நட்டுவிட்டால், அப்புறம் நாம் சாப்பிட்டுக் கொண்டிருக்கும் நெல்மணியின் ஆரம்ப விதைநெல் ஹரப்பாவின் பண்டகசாலையில் சேகரிக்கப்பட்டது அல்ல என்று நம்மால் சொல்ல முடியாது. தனித்து உரிமை கொண்டாட நம்மிடம் எதுவும் இல்லை. நமது டி.என்.ஏ-வும் நம்மை அனுமதிக்காது. நமது டிரெஸ்ஸிங் டேபிளில் இருக்கும் சீப்பும் நம்மை அனுமதிக்காது.

காலப்பெரு நதியின் தொடர்ச்சிதான் சிக்கெடுக்கும் சீப்பும், கரைந்து பறக்கும் காகமும், புத்தகம் படிக்கும் நாமும். பாய்ந்தோடும் அந்த நீர், நேற்று எகிப்தின் கீழ்த்திசையிலும், அதற்கு முன் சிந்துவெளியின் மையத்திலும், இன்று வைகையின் மணலிலும் ஓடிக்கொண்டிருக்கிறது. அந்த நீர் குடித்த காக்கை சமுத்திரத்தைக் கடந்து, சகாப்தத்தைக் கடந்து இன்று நம் தலைக்கு மேல் பறந்துகொண்டிருக்கிறது. காக்கை வானத்தில் உயரமாகப் பறக்க முடியாத, ஆனால் வரலாற்றில் மிக ஆழத்துக்குள் பறக்கக்கூடிய ஓர் அபூர்வப் பறவை என்பது நம்மை ஆச்சர்யப்படுத்துகிறது.

9

உலகம் எங்கும் தங்களின் ஆட்சியை, அதிகாரத்தை நிலைநிறுத்தத் துடித்த ரோமானியர்கள், கிழக்கு திசையிலும் மேற்கு திசையிலும் மின்னலைப்போல வாளைச் சுழற்றி முன்னேறினர். ஆண் - பெண் இருபாலரும் யுத்தமுனைக்கு அணிவகுக்கப் பயிற்றுவிக்கப்பட்டனர். படையைத் திரட்டுவதிலும், வெற்றிக்குப் பின் அதைக் கலைப்பதிலும் வியக்கத்தகுந்த ஒழுங்கையும் கட்டுப்பாட்டையும் கொண்டிருந்தனர்.

அனைத்துத் திசைகளிலும் பிற நாடுகளால் சுற்றிவளைக்கப்பட்ட நிலப்பரப்பைக்கொண்ட அவர்களுக்கு, தங்களை நிலைநிறுத்திக்கொள்ளவே பெரும் சாமர்த்தியமும் அடங்காத வீரமும் தேவைப்பட்டன. அவை, அவர்களுக்கு எண்ணற்ற வெற்றிகளை ஈட்டிக்கொடுத்தன; செல்வ வளத்தை கணக்கு இல்லாமல்

கொண்டுவந்து சேர்த்தன. அந்த அளவற்ற செல்வச்செழிப்பு அவர்களின் படையை மேலும் வலிமையாக்கியது. சிந்துசமவெளி நாகரிகக் காலத்திலிருந்து, ஒப்பற்ற நிலப்பகுதியாக வர்ணிக்கப்படும் இந்திய நிலப்பரப்பை, தங்களது எல்லைக்குள் கொண்டுவந்துவிடத் துடிக்கும் கனவு, கிரேக்கர்களை ஆட்டிப்படைத்தது. அந்தப் பெருங்கனவை அரங்கேற்ற அலெக்ஸாண்டரின் படை, கிழக்கு திசையில் நகரத் தொடங்கியது. மனிதர்களால் ஏற்படுத்தப்படும் நில அதிர்வை அந்தப் படைகள் ஏற்படுத்தின. வழிநெடுக நாடுகளை வகுந்துகொண்டு அந்தப் படை முன்னேறியது.

வரலாற்றின் பாதையைத் தீர்மானித்ததில் ஒவ்வொரு காரணிக்கும் ஒவ்வொருவிதமான பங்கு இருந்துள்ளது. ரோமானியப் படையின் வெற்றிக்குக் காரணங்கள் பல கூறப்பட்டாலும், அவற்றில் முக்கியமானதாகக் கருதப்படுவது அவர்கள் வடிவமைத்த ஈட்டிகள். ஆதிகாலம் தொட்டு மனிதன் பயன்படுத்தும் கருவிகளில் ஒன்று ஈட்டி. விலங்குகளை வேட்டையாடத் தொடங்கி, பின்னர் அதைப் போர் ஆயுதமாக, வலிமையான கைப்பிடியோடு கூர்முனை கொண்ட ஆயுதமாக உருமாற்றினர்.

உலகம் எங்கும் தொடக்கக்கால அரசுகளின் வலிமை மிகுந்த போர் ஆயுதமாக ஈட்டிகளே இருந்தன. போர்முனையில் ரோமானியர்கள் அடைந்த வெற்றிகள், அதற்கு பல்லாயிரம் ஆண்டுகளுக்குப் பிறகும் நினைவில் நிற்கும்படி அமைந்ததற்கு முக்கியக் காரணம், அவர்கள் வடிவமைத்த ஈட்டிகள். பிறநாட்டு வீரர்கள் 8 அடி அல்லது 10 அடி உயரம் உள்ள ஈட்டிகளைத்தான் பயன்படுத்திக்கொண்டிருந்தனர். அந்த ஈட்டிகள்தான் அதுவரை போர்க்களத்தின் வெற்றி-தோல்விகளைத் தீர்மானித்தன.

ரோமானியர்கள் புதிய ஈட்டி ஒன்றை வடிவமைத்தார்கள். அதன் நீளம் 21 அடி. அதுவரை உலக வரலாற்றில் இல்லாத ஒரு புதிய வடிவம் தாங்கிய ஈட்டியுடன் அவர்கள் யுத்தக் களம் புகுந்தனர். பாய்ந்துவரும் ரோமானியப் படைவீரனின் ஈட்டி முனை, 21 அடிக்கு முன்னாலே எதிரியின் நெஞ்சுக்குள் பாய்ந்து உள்ளே இறங்கியது. எதிரிப்படையின் குட்டையான ஈட்டிகளுக்கு எந்தவிதமான வேலையும் வைக்காமல்,

மாசிடோனியப் படை போர்க்களத்தின் தீர்ப்பை எழுதிக்கொண்டிருந்தது. ரோமானியர்கள் ஈட்டி கொண்டு ஈட்டிய வெற்றி புதிய வரலாற்றை எழுதியது.

பழைய சோவியத் யூனியன் மற்றும் ஆப்கானிஸ்தான் எல்லையில் ஆர்க்கிமேனிடிய பேரரசனான மூன்றாம் டாரியஸைத் தோற்கடித்து, கி.மு 327-ம் ஆண்டில் ஹிந்துகுஷ் மலையைக் கடந்து, 21 அடி நீளம் உள்ள ஈட்டிகள் முன்களத்தில் சீறிப்பாய, இந்தியாவுக்குள் நுழைந்தான் அலெக்ஸாண்டர்.

அவனது படையெடுப்பு பற்றி இந்திய ஆதாரங்கள் எதிலும் குறிப்புகள் இல்லை. கிரேக்கர்கள் எழுதிய குறிப்புகளைக் கொண்டுதான் இந்தப் படையெடுப்பை அறிய முடிகிறது. ஆனால், இந்த ஆதாரம்தான் இந்திய நிலப்பரப்பின் வரலாற்றுரீதியான காலத்தை உறுதிப்படுத்துகிறது. ஹிந்துகுஷ் மலையில் கி.மு 327-ம் ஆண்டு அலெக்ஸாண்டர் கொடி நட்டதில் இருந்து, இந்திய வரலாறு முன்னும் பின்னுமாக இரு கூறுகளாகப் பிரிகிறது.

மலையைக் கடந்து இந்திய நிலப்பரப்பில் நுழையும் வரை அவன் இந்தியப் போர்க்களம் இவ்வளவு தீவிரத்தோடு இருக்கும் என எதிர்பார்க்கவில்லை. பல மன்னர்கள் விடாப்பிடியான போரை இறுதி வரை நடத்தினர். அவர்களின் ஆவேசம் மிகுந்த தாக்குதல்கள் கடைசி வரை குறையவே இல்லை. பல இனக்குழுத் தலைவர்கள் அலெக்ஸாண்டர் படையுடன் பேச்சுவார்த்தை நடத்தவே தயாராக இல்லை. தட்சசீலத்தை ஆண்ட மன்னன் அம்பி, அவனோடு கைகோத்தான். வடமேற்கு இந்தியாவின் வலிமை மிகுந்த அரசனாக விளங்கிய பௌரவன் (கிரேக்க மொழியில் போரஸ்) ஜீலம் மற்றும் ரவி ஆற்றுக்கு இடையிலான நிலப்பரப்பை ஆண்டவன். இவன் அலெக்ஸாண்டருடன் நேரடியாகப் போரிட முடிவுசெய்தான். இந்தப் பெரும் போரின் இறுதியில் பௌரவன் தோற்கடிக்கப்பட்டு, சிறையில் அடைக்கப்பட்டான். ஆனால், அவன் மீது உருவான நல்ல எண்ணத்தால் அலெக்ஸாண்டர் அவனை மீண்டும் அதிகாரத்தில் அமர்த்தினான். பின்னர் பியாஸ் நதியைக் கடப்பதற்கு பலம் திரட்டினான். நதிக்கு அப்பால் இருக்கும் அரசனையும் அவனது படை வலிமையையும் அவனது செல்வச்செழிப்பையும் பற்றித் தெரிந்துகொள்ள ஏற்பாடு செய்தான்.

நதியைக் கடந்த பெரும் நிலப்பரப்பான மகதத்தை நந்த வம்ச அரசன் உக்கிரசேனன், பாடலிபுரத்தைத் தலைமை இடமாகக்கொண்டு ஆட்சி செய்துவந்தான். கங்கை நதிக்கும் சோணை நதிக்கும் இடைப்பட்ட பகுதியை ஆட்சிசெய்த அவனைப் பற்றிய தகவல்களைக் கிரேக்க வரலாற்றாளர்கள் தியடோரசும், குர்ஸியஸ் ரூபஸும் அலெக்ஸாண்டருக்கு வழங்கினர்.

காலாட்படையினர் இரண்டு லட்சம், குதிரைப் படையினர் 20 ஆயிரம், போர் தேர்கள் 2,000, போர் யானைகள் 4,000... இதுபோக நந்தர்களிடம் பெரும் செல்வக் குவியல் இருந்ததாக அவர்களின் குறிப்புகள் கூறுகின்றன.

எதிரிப் படையின் எண்ணிக்கை, அலெக்ஸாண்டரின் வீரர்களிடம் பெரும் கலக்கத்தை ஏற்படுத்தியது. முடிவற்ற போருக்கு அவர்கள் முடிவுகாண முயன்றனர்.

தனது வீரர்களிடம் ஏற்பட்ட அதிருப்தியை உணர்ந்த அலெக்ஸாண்டர் வேறு வழி இல்லாமல், தனது அடுத்தகட்டத் தாக்குதலைக் கைவிட்டுப் படையைத் திருப்பினான். ஆனால், அவன் திரும்பிப்போன வழி ஒன்றும் அவ்வளவு எளிதாக அமைந்துவிடவில்லை. இந்திய பூர்வகுடிகள் விடாது தாக்குதல் தொடுத்தனர். சிறந்த வில்லாளன் ஒருவன் குறிவைத்து எய்த அம்பு, கேடயத்தையும் மார்புக் கவசத்தையும் துளைத்துக்கொண்டு அலெக்ஸாண்டரின் விலா எலும்புக்குள் இறங்கியது. இரண்டு ஆண்டுகள் இந்திய நிலப்பரப்பில் அலெக்ஸாண்டர் நடத்திய யுத்தத்தின் கதை, விலா எலும்புக்குள் இறங்கிய அம்பின் தீராவலியோடு அவனுக்கு விடை கொடுத்தது. இந்தக் கதை இப்படி இருக்க, இந்திய நிலப்பரப்பின் தென்கோடியில் நடந்த கதை ஒன்று உள்ளது.

அவன் இருப்பிடம், வைகை ஆற்றங்கரையா அல்லது காவிரியின் கரையா... இல்லை பெரியாற்றின் ஓரத்தில் குடியிருந்தானா எனத் தெரியவில்லை. அவன் வணிகம் செய்ய வடஇந்தியாவை நோக்கித் தரைமார்க்கமாகப் புறப்பட்டுப் போகிறான். அந்தத் தரைவழிப் பாதை எவ்வளவு ஆபத்து நிரம்பியது என்பது அனைவரும அறிந்ததே. அதுவும வணிகர்கள் பெரும்பொருளோடே நிலப்பரப்பைக் கடக்க வேண்டியிருந்தது. தென்கோடியில் இருந்து வடதிசையில் அமைந்த பேரரசின் எல்லைக்கு, அவன் வியாபாரம் நிமித்தம் போனான். போனவன் திரும்புவதாகச் சொல்லிச் சென்ற காலம் கடந்த பின்பும், அவன் வந்து சேரவில்லை.

அவனது வருகையை எதிர்நோக்கி வீட்டில் காத்திருக்கும் தலைவிக்கு, காலம் செல்லச் செல்ல வேதனை அதிகமாகிறது. தனிமையும் பிரிவும் வாட்டுகின்றன. இன்னொரு பக்கம் அவனுக்கு ஆபத்து ஏதும் நேர்ந்துவிடக் கூடாது என்ற பதற்றம் அவளைத் தொற்றுகிறது. அவள் தன் தோழியிடம் உள்ளக் குமுறலை வெளிப்படுத்துகிறாள்.

தலைவியின் மனம் அறிந்த தோழி சொல்கிறாள்... ‘புலிகளை தனது தந்தத்தால் நிலம் பள்ளம் ஆகும்படி குத்திக் கொல்லும் யானைகள் அலைந்து திரியும் காட்டைக் கடந்து, நம் தலைவன் சென்றுள்ளான். ஆனாலும் நீ இங்கு அனுபவிக்கும்

துயரத்தை விளக்கி, அவருக்குத் தூது அனுப்பியுள்ளோம். தூதுவன் இந்தச் செய்தியை அவரிடம் சொன்னால் போதும். அதன் பிறகு அவர் அங்கு தங்கியிருக்க மாட்டார். பாடலிபுரத்தை ஆளும் நந்தர்கள் குவித்துவைத்துள்ள பெருஞ்செல்வமே கிடைத்தாலும், அவர் அங்கு இருக்க மாட்டார்' என்கிறாள். இன்னோர் இடத்தில் நந்தர்களின் படை வெல்லும் ஆற்றலையும் பெரும் செல்வத்தைப் பற்றியும் தோழி, தலைவிக்கு எடுத்துரைக்கிறாள்.

வடஇந்தியாவில் முதலில் அமைந்த பேரரசான மகதத்தை நந்த வம்சத்தினர் 28 வருடங்கள் மட்டுமே ஆண்டனர் (கி.மு 345-317). அலெக்ஸாண்டர் படையெடுத்து வந்தபோது, பாடலிபுரத்தைத் தலைமை இடமாகக்கொண்ட நந்தவம்சத்தினரின் ஆட்சி நடந்துகொண்டிருந்தது. அவர்களின் படை பலத்தையும், ஆற்றைக் கடக்க வேண்டியதில் இருந்த அபாயத்தையும் கணக்கில்கொண்டு அலெக்ஸாண்டர் தனது தாக்குதலைக் கைவிட்டுப் பின்னோக்கித் திரும்பினார்.

ஆற்றின் அக்கரையில் அமைந்திருந்த நந்த வம்சத்தினரைப் பற்றி, உலகையே உலுக்கிய ஒரு மாமன்னனுக்கு அவன் உடன் வந்த வரலாற்றாளர்கள் சேகரித்துச் சொன்ன செய்தியை, தலைவனைப் பிரிந்து வாடும் தலைவிக்கு, வீட்டின் முற்றத்தில் உட்கார்ந்திருந்த சாமானியப் பெண்ணான அவளின் தோழி சொல்லிக்கொண்டிருக்கிறாள். இது எப்படி நடந்தது?

ஏதோ பக்கத்து ஊரைப் பற்றிய செய்தியைச் சொல்வதைப்போல நந்த வம்சத்துப் படை பலத்தையும் செல்வச் செழிப்பையும் மனிதர்கள் பேசித் திரிந்திருக்கிறார்களே... எப்படி? பெரும்தொலைவுக்கு அப்பால் நிகழ்ந்த அரசியல் செய்திகள், எப்படி அவ்வளவு தொலைவைக் கடந்து மிக விரைவாக தென்னகத்துக்கு வந்து சேர்ந்தன?

வடக்குக்கும் தெற்குக்குமான இணைப்பு என்பதைவிட, வலிமை மிகுந்த இரு நாகரிகத்துக்கான இணைப்பாகத்தான் இது இருந்துள்ளது. அதனால்தான் இந்தச் செய்திகள் அதன் சமகால உதாரணமாக, அன்றாட வாழ்வின் துயரங்களுக்கு இடையில் மிக இலகுவாகப் பரிமாறப்பட்டுக்

அலெக்ஸாண்டர்

கொண்டிருந்துள்ளன. அலெக்ஸாண்டருடன் வந்த தியடோரசும், குர்ஸியஸ் ரூபஸூம் சொன்ன செய்திகளை, அதே காலகட்டத்தில், தான் எழுதிய கவிதைகளில் சொல்கிறார் மாமூலனார்.

மாமூலனார் எழுதிய கவிதைகள் எத்தனையோ? சில நூறு ஆண்டுகளுக்குப் பின் அதைத் தொகுத்தவர்கள் கழித்துக்கட்டியது எத்தனையோ? ஆனால் இத்தனையையும் கடந்து இன்று நமக்குக் கிடைக்கும் கவிதைகளில் காணக்கிடைக்கும் வரலாற்றுத் தகவல்கள் இவை. அவை, புறவாழ்வைப் பற்றிப் பேசும் கவிதைகள்கூட அல்ல; அகவாழ்வைப் பற்றிப் பேசும் கவிதைகள். தலைவனின் வருகையை எதிர்பார்த்திருக்கும் கவிதைக்குள் கொட்டிக் கிடக்கும் வரலாற்றுச் செய்திகள் இவை.

கிரேக்கர்கள் எழுதிவைத்த எழுத்துக்களின் வழியேதான் மேற்கு உலகு, இந்தியாவின் வரலாற்றைத் தெரிந்துகொண்டது. அந்தக் கிரேக்கர்கள் அறிந்திராத வரலாறாக இந்தியாவின் தென்கோடியில் ஒரு நாகரிகம் செழித்தோங்கி இருந்தது.

அடுத்த சில பத்து ஆண்டுகளில் அவர்கள் இதை அறிய நேர்ந்தபோது...

10

கிறிஸ்து பிறப்பதற்கு ஆறு நூற்றாண்டுகளுக்கு முன்னர், வட இந்தியாவில் பல்வேறு விவசாயக் குடியிருப்புகளைக்கொண்ட 16 பெரும் அரசுகள் (மகா ஜனபதங்கள்) இருந்ததாக பாரம்பர்ய இலக்கியம் கூறுகிறது. 'காந்தாரம்', 'காம்போஜம்' தொடங்கி 'கோசலம்', 'மகதம்' என 16 மகா ஜனபதங்களின் பெயர்கள் பட்டியலிடப்படுகின்றன.

இவை ஒன்றுடன் ஒன்று மோதி அழிந்து, இணைந்து மேலெழுந்து வந்தன. இந்த அனைத்து ஜனபதங்களிலும் முக்கியத்துவம் பெற்றது மகதம்.

அது, மற்ற பல ஜனபதங்களை வென்று, அந்த நிலப்பரப்பை தன்னுடன் இணைத்துக்கொண்டு சக்திமிக்க அரசாக மேலெழுந்தது. இந்த மகதத்தைத்தான் யுத்தக்களத்தில் எதிர்கொள்ளாமல் அலெக்ஸாண்டர் திரும்பிச் சென்றான்.

நாடு திரும்பிய அவன், தனது கனவு நகரமாக அலெக்ஸாண்டிரியாவை உருவாக்கினான். உலகத்தையே கட்டி ஆளப்போகிறவர்களுக்கான கட்டடங்களை தன் கண் முன்னால் கட்டிக்கொண்டிருந்தான். ஆனாலும், இந்திய நிலப்பரப்பை வெல்லும் தனது கனவை அவன் கைவிட்டுவிடவில்லை. அது நிறைவேறும் நாளை தனது மனதுக்குள் எழுதிவைத்திருந்தான். ஆனால், வாழ்வின் அடுத்த திருப்பம் அவனுக்குப் பெரும் ஆச்சர்யத்தைப் பரிசளித்தது; அது மரணம். சற்றும் எதிர்பாராத கணத்தில் அது அவனைக் கட்டி அணைத்துக்கொண்டது.

பிரமாண்டமான கடல் அலையைப்போல லட்சக்கணக்கான வீரர்களைக்கொண்டு நகரும் படையெடுப்புகளை ஒரு மரணம் முடித்துவைத்தது. அதன் பின்னர் எல்லோருக்குமான விதியையே அவனுக்கும் எழுதியது காலம். அவனது பேரரசு நிலைகுலைந்தது.

இந்த நிலையில்தான் சந்திரகுப்தனின் தலைமையிலான மௌரிய அரசு வலிமை பெற்று வந்தது. நந்தர்களை எதிர்க்க, தன்னைத் தயார்ப்படுத்திக்கொண்டிருந்தான் சந்திரகுப்தன். அலெக்ஸாண்டர், இந்தியப் பகுதியில் நிலைநிறுத்திச்சென்ற காவல் படைகளை முதலில் வென்று முடித்தான். பின்னர் தன்னுடைய முதல் போட்டியாளனாகக் கருதப்பட்ட நந்தர்களின் மீது போர் தொடுத்தான். இந்திய வரலாற்றின் தொடக்க காலத்தில் நிகழ்ந்த மிகப் பெரும் யுத்தமாக வர்ணிக்கப்படும் இந்த யுத்தத்தின் முடிவில், நந்தவம்சம் அழிக்கப்பட்டு சந்திரகுப்தன் அரியணை ஏறினான். மௌரியர்களின் ஆட்சி தொடங்கியது. இதுகுறித்து பௌத்த, சமண சமயத்தின் மூல நூல்களும், கிரேக்க-ரோமானிய மூல நூல்களும் தகவல்களைத் தெரிவிக்கின்றன. இந்தச் சரித்திர நிகழ்வுகள், சாமானியர்களின் வாழ்வின் வழியே பதிவுசெய்யப்பட்டுக்கொண்டிருந்த விசித்திரம் இந்தியாவின் தென்கோடியில் நிகழ்ந்துகொண்டிருந்தது.

வாழ்வை சிறந்த முறையில் நடத்த, பொருள் அடிப்படையாக இருக்கிறது. எனவே, பொருளீட்டும் பொருட்டு தலைவன் வட திசையில் பயணம் சென்றுள்ளான். அவன் பிரிவால் வாடும் தலைவிக்கு, தோழி ஆறுதல் கூறுகிறாள். அப்படி ஆறுதல் கூறும்போது அவன் சென்ற

பாதை எவ்வளவு கொடியது என்பதை விளக்குகிறாள். அந்தப் பாதையின் தன்மையை வர்ணிக்கும் பாடல்களின் ஊடே வரலாறும் சமகால அரசியலும் படிந்து கிடக்கின்றன. வலிமைவாய்ந்த படை நடத்திய மௌரியர்கள், தங்களின் தேர்கள் செல்வதற்கு ஏற்ப மலைகளில் பெரும் பாறைகளை உடைத்து பாதை அமைத்தனர் என்றும், அந்தப் பாதையில் அவர்களின் தேர்கள் விடாது சென்றுகொண்டிருந்தன என்றும், தென் திசையில் படையெடுத்து வந்தனர் என்றும், செல்வச்செழிப்புடன் இருந்தனர் என்றும் சங்கக் கவிதைகள் பேசுகின்றன.

கள்ளில் ஆத்திரையனார், உமட்டூர் கிழார் மகனார் பரங்கொற்றனார், மாமூலனார் ஆகியோர் இயற்றிய அகநானூறு, புறநானூறு ஆகிய தொகை நூல்களில் உள்ள கவிதைகளில் இந்த வரலாற்றுச் சம்பவங்கள் இடம்பெறுகின்றன. இவற்றில் முக்கியமாகக் கவனிக்கவேண்டியவை மாமூலனாரின் கவிதைகள். அவர் நந்தர்களின் செல்வக் குவியலைப் பற்றி பேசுகிறார்; பின்னர் சிறப்பு மிகுந்த பாடலிபுரத்தில், குவித்துவைத்திருந்த செல்வத்தை, கங்கை ஆற்றின் கரையில் கொண்டுபோய் மறைத்துவைத்ததைப் பற்றி பேசுகிறார்; அதன் பின் மௌரியர்களின் தேர்ச் சக்கரங்களையும், அவர்கள் அமைத்த மலைப்பாதைகளைப் பற்றியும் பேசுகிறார். இது வரலாற்றில் முக்கியமான மூன்று புள்ளிகளைப் பதிவுசெய்கிறது. செல்வச்செழிப்போடு நந்த வம்சம் இருந்த காலம், மௌரியப் படையெடுப்பால் அவர்களின் செல்வங்கள் கங்கை ஆற்றில் மறைக்கவேண்டிய தேவை உருவான நிகழ்வு, பின்னர் மௌரியர்கள் ஆளத் தொடங்கிய காலம். ஒரு வரலாற்றுப் பதிவாளன், தேதி போட்டு குறித்துவைத்ததைப் போன்று அடுத்தடுத்து நிகழ்ந்த சம்பவங்களின் பதிவு இது. இவற்றைத் தனது கவிதைகளில் போகிறபோக்கில் பேசிச் சென்றிருக்கிறார் மாமூலனார். வட இந்திய வரலாற்றைப் புரட்டிப்போட்ட சம்பவங்கள், தலைவிக்குக் கூறும் ஆறுதல் வார்த்தைகளுக்கு இடையில் அடக்கமாகப் புதைந்துகிடக்கின்றன. ஆனால், அடக்கம் செய்யப்பட்ட அலெக்ஸாண்டரின் கனவு, அதோடு முடிந்துவிடவில்லை. மீண்டும் உயிர்பெற்று வலம்வரத் தொடங்கியது.

அவனது தளபதிகளிலேயே மிகவும் துணிவும் ஆற்றலும்மிக்கவன் செல்யூகஸ். அவன், பெரும் திட்டத்தோடு யுத்தக்களம் புகுந்தான்; பெர்சியப் பேரரசைக் கைப்பற்றினான்; சிரியாவின் அரசனான்; பின்னர் இந்தியப் பகுதியை நோக்கித் திரும்பினான். இந்தியப் பகுதியை வெல்வதன் மூலம் கிடைக்கக்கூடிய வணிக லாபத்தை நன்கு அறிந்தவன் அவன். அவனது மாபெரும் படை, இந்திய நிலப்பரப்புக்குள் நுழைந்தது. இப்போது வலிமை பொருந்திய சந்திரகுப்தன் அவனை எதிர்நோக்கி தயார்நிலையில் இருந்தான்.

இரு பெரும் படைகளும் மோதிக்கொண்டன. வெற்றி-தோல்வி இன்றி நீடித்த பெரும் யுத்தத்துக்குப் பின் சமாதானம் கையெழுத்தானது. தான் கைப்பற்றிய இந்திய நிலப்பரப்பின் பகுதிகளை செல்யூகஸ் விட்டுக்கொடுத்தான். அதற்குப் பதில் 500 யானைகளை அவன் சந்திரகுப்தனிடம் இருந்து பெற்றுக்கொண்டான். செல்யூகஸ் நிகோடாரின் தூதுவனாக சந்திரகுப்தனின் அவைக்கு மெகஸ்தனிஸ் அனுப்பிவைக்கப்பட்டான். யுத்தம் முடிந்து சமாதானத்தின் காலம் தொடங்கியது. நாகரிகத்தின் அடையாளமாகக் கருதப்படும் ஒரு பேரரசின் தூதுவனாக மெகஸ்தனிஸ், மௌரிய அரசவைக்குள் நுழையும்போது, அங்கு ஒளிபாய்ச்சி மின்னிக் கொண்டிருந்தன பாண்டிய நாட்டு முத்துக்கள்.

அதுவரை வட இந்திய அரசியல் நிகழ்வுகள், வணிகத்துக்குப் போன தலைவனின் பிரிவின் வழியே சங்க இலக்கியத்தில் பதிவுசெய்யப்பட்டுக் கொண்டிருந்தைப் பார்த்தோம். ஆனால், இந்த வணிகம் எவ்வளவு சிறப்பானதாக நடந்துள்ளது என்பதை கிரேக்கத் தூதுவனின் எழுத்து முதன்முதலில் பதிவுசெய்தது. வரலாறு எனும் பெருநதியின் இக்கரையில் அமர்ந்து மாமூலன் எழுதியதற்கான விளக்கத்தை அக்கரையில் உட்கார்ந்து மெகஸ்தனிஸ் தத்துவங்களின் தூதுவனாக இருந்த காலத்தைப் பற்றி மெகஸ்தனிஸ் கிரேக்கத்தில் 'இண்டிகா' என்ற பெயரில் ஒரு நூல் எழுதினான். அந்த நூல் முழுமையும் கிடைக்கவில்லை; அழிந்துவிட்டது. அவனுக்குப் பின்னால் வந்த வரலாற்றாளர்கள் இண்டிகா நூலை மேற்கோள் காட்டும் பகுதிகள்தான் கிடைத்துள்ளன. அந்தச் சிறு பகுதிகளிலேயே பாண்டிய நாட்டைப் பற்றியும், அங்கு விளையும் முத்துக்களைப் பற்றியும், அந்தப் பாண்டிய நாட்டை ஒரு பெண்ணரசி ஆட்சிசெய்வது பற்றியும் அவன் பதிவுசெய்துள்ளான்.

இந்தியாவை பற்றி வெளிநாட்டினர் எழுதிய முதல் நூல் 'இண்டிகா'. அதில் பாண்டிய நாட்டின் செல்வச் சிறப்பும் ஆட்சி சிறப்பும் மிகுந்த முக்கியத்துவத்தோடு பதிவுசெய்யப் பட்டன. மெகஸ்தனிஸின் நூலின் வழியே தமிழ் நிலத்தின் புகழ் கிரேக்கத்துக்குப் போய்ச் சேர்ந்துள்ளது எனக் கருதலாம்; அல்லது அதற்கு முன்பேயும் போயிருக்கலாம். அடுத்தடுத்த ஆண்டுகளில் நிகழ்ந்த அரசியல் மாற்றங்களால் வட இந்தியாவுக்கும் கிரேக்கத்துக்குமான தரைவழிப் பாதை துண்டிக்கப்பட்டது. எதிரும் புதிருமான வெவ்வேறு அரசுகள் அமைந்ததால், நாடுகளைக் கடந்து வணிகப்பொருட்கள் செல்வது சாத்தியமற்றுப்போனது. வழித்தடங்கள் அழிக்கப்பட்டதால், போக்குவரத்து முடங்கியது. நிலப்பரப்பின் வழியிலான பரிமாற்றம் முடிவுக்கு வந்தது. மீதம் இருப்பது கடல்வழிப் பயணம் மட்டுமே. வணிகத்தின் லாபமும் வாழ்வின் தேவையும் கடலை நோக்கி வர்த்தகர்களைத் தள்ளின. கிரேக்கக் கப்பல்கள் கீழ்த்திசை நாடுகளை நோக்கி தங்கள் பயணத்தைத் தொடங்கின. அப்போது இந்திய நிலப்பரப்பின் சிறப்புமிகு வணிக மையங்களாக விளங்கியது வட இந்திய நிலப்பகுதி அல்ல.

முதல் சகாப்தத்தில் சிந்துநதியின் முகத்துவாரத்தில் இருந்து கப்பல்கள் கடலுக்குள் நுழைந்தன. மறுமுனையான எகிப்திய வளைகுடாவில் இருந்து கப்பல்கள் திரும்பி வந்தன.

ஆனால், இரண்டாவது சகாப்தத்தில் கங்கை நதியின் முகத்துவாரத்தில் இருந்தோ அல்லது மகாநதியின் முகத்துவாரத்தில் இருந்தோ கப்பல்கள் கடலுக்குள் நுழையவில்லை. மாறாக அழகன்குளமும் பூம்புகாரும் முசிறியும் கொற்கையும்தான் அந்தப் பெரும் வணிகத்தின் வாசற்கதவுகளாக இருந்தன. இந்த வாயிலைக் கடந்து சென்ற வர்த்தகம் இரு பெரும் நிலப்பகுதிகளை இணைத்தது. கிரேக்கத்துக்கும் தமிழகத்துக்கும் இடையே இடைவிடாத கடல் போக்குவரத்துகள் தொடர்ந்தன. அடுத்து வந்த 500 ஆண்டுகளுக்கு உலகின் மிக முக்கிய வணிக மற்றும் பண்பாட்டுப் பரிமாற்றமாக இந்த வழித்தடமே அமைந்தது. அழகன்குளமும் அலெக்ஸாண்டிரியாவும் அரிக்கமேடும் இவற்றின் முகவரிகளாக மாறின. அலெக்ஸாண்டர் உருவாக்கிய கனவு நகரம், தமிழகத்துக் கடற்கரை நகரங்களோடு இடைவிடாமல் வர்த்தகத்தை நடத்திக்கொண்டிருந்தது.

ஆனால், மெகஸ்தனிஸ் எனும் தூதுவன் கனவிலும் நினைத்திருக்க மாட்டான், தான் எந்தப் பாண்டிய நாட்டு முத்துக்களை வியந்து எழுதுகிறோமோ, அந்த முத்துக்களால் அடுத்த 100 வருடங்களுக்குள் கிரேக்கத்தின் கஜானாவே காலியாகும் அபாயம் உருவாகப்போகிறது என்று.

11

வரலாறு எனும் விசித்திரத்தை, அது விட்டுச்சென்ற காலடித் தடத்தில் இருந்து மட்டுமே நாம் அனுமானிக்க முடியும். அது, நிலத்தில் பதிந்துள்ள காலடித்தடம்கூட அல்ல; காலத்தில் பதிந்துள்ள காலடித் தடம். அதில் உள்ள கூடுதல் சிரமமே அந்தத் தடம் காலடிகளால் ஏற்பட்டது என்பதே ஓர் அனுமானம்தான். அடுத்தவன் ஆய்வுசெய்து மறுக்கும் வரை இந்த அனுமானத்தை உண்மை என வாதிட்டுக்கொண்டிருக்கலாம். வரலாறும் உண்மையைப்போலவே நிரந்தரமானது அல்ல.

சங்க இலக்கியக் கவிதைகளையும், வைகைக் கரையின் மீது எழுந்த ஒரு நாகரிகத்தையும் புரிந்துகொள்ள வேண்டும் என்றால், கிரேக்கத்தின் அரசியல் வரலாறு நமக்கு அவசியம் ஆகிறது.

'சுமார் 35 ஆண்டு காலம் (கி.மு 55 முதல் கி.மு 20 வரை) பார்த்தியப் பேரரசோடு ரோமாபுரி நடத்திய யுத்தம், வெற்றி - தோல்வி இல்லாமல் சில சமரசங்களோடு முடிந்ததற்கும் நமக்கும் என்ன தொடர்பு?' எனக் கேள்வி எழுப்ப முடியாது. பெரும் சங்கிலித் தொடர்போலத்தான் வரலாற்றின் கண்ணிகள் பின்னிக்கிடக்கின்றன.

யுத்தத்தின் முடிவில் யூப்ரட்டீஸ் நதியின் மேற்குக் கரைதான் ரோமானியப் பேரரசின் எல்லை என்பதை அகஸ்டஸ் மன்னன் ஏற்றுக்கொண்டான். நீண்ட காலம் போரிட்ட பகைநாடான பார்த்தியாவின் தரைவழிப் பாதைகள் எதையும் பயன்படுத்தாமல், தனது வணிகத்தையும் தேவைகளையும் சமாளிக்க வேறு பாதையை யோசித்த ரோமானியர்களுக்கு, இந்தியாவுடனான கடல்வழிப் பாதையே பெரும் மார்க்கமாக இருந்தது. எனவே, இந்தக் கடல்வழி வணிகம் மிகவும் போற்றி வளர்க்கப்பட்டது. இந்தக் கடல் வழிப் பாதையைப் பற்றி பல நூல்கள் எழுதப்பட்டன. கரையோரப் பயணம் முடிவுக்கு வந்து, பருவக்காற்றைப் பயன்படுத்தி நடக்கும் பயணம் தொடங்கியது. அது கடல் வணிகத்தில் பாய்ச்சல் வேக முன்னேற்றத்தைக் கொண்டுவந்தது. சூறைக்காற்றில் சிக்கியவர்கள் தற்செயலாகக் கண்டுபிடித்ததா... ஹிப்பாலஸ் தனது அனுபவ அறிவால் கண்டுபிடித்ததா என்பது விவாதத்துக்கு உரிய ஒன்றுதான். எப்படியோ 40 நாட்களில் கிரேக்கத்தில் இருந்து தமிழகத்தின் கரைக்கு, பருவக்காற்றைப் பயன்படுத்தி கப்பல்கள் வந்து சேர்ந்தன. அதற்கு முன்பு வரை வருடத்துக்கு 20 கப்பல்களே வந்துகொண்டிருந்தன. ஆனால், பருவக்காற்று வழிப் பயணம் தொடங்கிய பிறகு, தினசரி ஒரு கப்பல் கிளம்பிப் போனது.

அலையலையாக கப்பல்கள் கரைக்கு வந்தது போலவே, இலக்கியத்திலும் அவை வந்து சேர்ந்தன. பொதுவாக ஆரம்பகால இந்திய இலக்கியங்களில் கப்பல் பற்றிய பதிவுகள் மிகக் குறைவே. அதற்குக் காரணம், வட இந்தியாவில் உருவான பெரும் அரசுகளின் தலைமை இடங்கள் எல்லாம், கடலைவிட்டு நெடுந்தொலைவு தள்ளி உள்நிலப்பரப்பில் அமைந்திருந்ததுதான். அதனால், கப்பல் பற்றி ஓர் அளவுக்கே தெரிந்துவைத்திருந்தனர். 'உலகின் முதல் பொருளாதார நூல்' என வர்ணிக்கப்படும் 'அர்த்தசாஸ்திரம்'கூட இதற்கு

விதிவிலக்கு அல்ல. இந்திய இலக்கியங்களில் கப்பல்கள் பற்றியும் துறைமுகங்கள் பற்றியும் துறைமுக நகரங்கள் பற்றியும் கடல்கடந்த வணிகம் பற்றியும் மிக விரிவாகப் பதிவுசெய்யப்பட்டுள்ள இலக்கியம் என்றால், அது தமிழர்களின் சங்க இலக்கியம் மட்டுமே!

பௌத்த, சமண இலக்கிய ஆய்வுகளில் தன்னிகரற்றவர் எனப் போற்றப்படும் மோதி சந்திரர் பின்வருமாறு கூறுகிறார்...

'தமிழ் இலக்கியத்தில் கடல் வணிகத்தைப் பற்றி பல விவரங்கள் கிடைக்கின்றன. உண்மையில், 'சிலப்பதிகாரம்' என்ற மாபெரும் காப்பியத்தில் காவிரிப்பூம்பட்டினம் என்ற துறைமுகம், அதன் கடற்கரையில் இருந்த கிடங்குகள், வெளிநாட்டு வணிகர்கள், கடைத்தெருக்கள் ஆகியவை பற்றி வர்ணிக்கப்பட்டிருப்பதுபோல... இந்திய மொழியில் எந்த இலக்கியத்திலும் வர்ணிக்கப்படவில்லை' எனச் சொல்லிவிட்டு, தமிழகத்தின் பழைமையான கடற்கரை நகரங்களை, துறைமுகங்களை, அங்கு நடைபெற்ற வணிகச் சிறப்புகளைப் பட்டியல் போடுகிறார். தமிழ் இலக்கியங்கள் இந்த வணிகத்தைப் பற்றி வர்ணித்தவை எல்லாம் மிகைக் கற்பனை என ஒருகாலத்தில் சொல்லிக்கொண்டிருந்தவர்களின் கூற்றைத் தகர்த்தது, தமிழ் வணிகனுக்கும் கிரேக்க வணிகனுக்கும் இடையில் நடைபெற்ற வணிக ஒப்பந்தம் சொல்லும் செய்தி.

இந்த ஒப்பந்தத்தை ஆய்வுசெய்த வரலாற்றாளர் தூர், பல்வேறு விவரங்களைக் கொடுக்கிறார். அந்த ஒப்பந்தத்தின் அளவைப் பற்றி தொல்லியலாளர் கா.ராஜன், 'ஏற்றுமதி செய்யப்பட்ட ஆறு பொதிகளைப் பற்றி குறிப்பு இருந்தாலும் மூன்று பொதிகளில் காணப்படும் பொருட்களின் தன்மை குறித்தே செய்திகள் கிடைக்கின்றன. இந்தப் பொருட்கள் 'ஹெர்மபோலன்' எனப் பெயரிடப்பட்ட கப்பலில் ஏற்றப்பட்டுள்ளன. இந்தப் பொருட்களின் மதிப்பு அலெக்ஸாண்டிரியாவில் ஒரு நீர்வழிச் சாலையை அமைப்பதற்கு ஈடானது என்ற குறிப்பு வருவதால், இதன் மதிப்பு ஏழு மில்லியன் திரமம் எனக் கணக்கிடப்பட்டுள்ளது. காரணம், இத்தகைய ஒரு நீர்வழிச் சாலையை அமைக்க ஹைரோடஸ் அதிகஸ் 4 மில்லியன் திரமங்களும், ஹட்ரியன்

3 மில்லியன் திரமங்களும் அளித்துள்ளது மூலம் புலனாகிறது. ஒரு திரமம் என்பது 65 குன்றிமணிகளுக்கு ஈடானது. ஒரு குன்றிமணி என்பது 0.0648 கிராம் வெள்ளிக்கு ஈடானது. எனவே 7 மில்லியன் திரமம் என்றால் 2,94,84,000 கிராம் வெள்ளியின் எடைக்கு ஈடானது (70,00,000 X 4.212 = 2,94,84,000). ஒரு கிராம் வெள்ளியின் விலை 10 ரூபாய் எனக் கணக்கிட்டால், தற்போதைய நிலவரப்படி சுமார் 30 கோடி ரூபாய்க்கு ஈடானது ஹெர்மபோலன் என்ற சாதாரணக் கப்பலில் ஏற்றப்பட்ட பொருட்களின் மதிப்பு. இதைவிட பெரிய ரோமானியக் கப்பல்கள் வந்துபோயுள்ளன. தவிரவும் மேற்கூறிய தொகை, ஒரு கப்பலில் ஒரு வணிகனுக்குச் சொந்தமான பொருட்களுக்கு உரியது. இதுபோல் பல வணிகர்களுக்கு உரிய பொருட்கள் ஒரு கப்பலில் ஏற்றப்படும். ஒரு கப்பலில் ஏற்றப்படும் அனைத்து வணிகர்களின் ஒட்டுமொத்தப் பொருட்களின் மதிப்பைக் கணக்கிட்டுப் பார்க்கும்போது மலைப்பாக உள்ளது' என்கிறார்.

இவை யாவும் கற்பனை விவரங்கள் அல்ல; இலக்கிய வர்ணனைகள் அல்ல; மாறாக இலக்கியங்களில் எழுதப்பட்ட கற்பனைகளைவிட வலிமையானது உண்மை என்பதை 2,000 ஆண்டுகளுக்கு முந்தைய வணிக ஒப்பந்தங்கள் உறுதிப்படுத்துகின்றன. இதுவரை வணிகர்களும் வணிகப் பொருட்களும் போய் வந்த கடல்வழித் தடத்தில் அதன் அடுத்தகட்டமாக அரசியல் செயல்பாடுகள் பயணப்படத் தொடங்கின. வணிகத்தை அரசியலும், அரசியலை வணிகமும் தீர்மானிக்கும் ஆரம்பகட்ட செயல்பாடுகள் அரங்கேறின.

பார்த்தியாவுடன் யுத்தம் நடத்தி இறுதியில் சமரசம் செய்துகொண்ட மன்னன் அகஸ்டஸின் (இவன் பெயரில்தான் 'ஆகஸ்ட்' என ஓர்ஆங்கில மாதத்துக்கு பெயரிடப்பட்டது) ஆட்சிக் காலத்தில் பாண்டிய நாட்டில் இருந்து ஒரு தூதுக் குழு கிரேக்கத்துக்குச் சென்று அவனைச் சந்தித்துள்ளது. அகஸ்டஸ் காலத்தைப் பற்றித் துல்லியமான விவரத்தைத் தரும் எழுத்தாளன் ஸ்ட்ராபோ, இந்தத் தூதுக் குழுவைப் பற்றி குறிப்பிடும்போது, 'இந்திய ராஜ்ஜியங்களுள் ஒன்றில் இருந்து ஒரு தூதுக் குழு அகஸ்டஸ் சீஸரின் அவைக்கு வந்தது. இந்தத் தூதுக் குழுவை அனுப்பிய அரசன் பாண்டியன்

என்பவன் ஆவான். சிலர் அந்த அரசன் 'போரஸ்' எனச் சொல்கின்றனர். அந்தக் குழு, அரசனுக்கு அளிக்க பரிசுகள் சிலவற்றைக் கொண்டுவந்தது!' என்கிறார்.

'டாப்னேயின் அருகில் ஆன்டியோக் எனும் இடத்தில் அகஸ்டஸின் அவைக்குச் சென்றுகொண்டிருந்த இந்தியத் தூதுக் குழு ஒன்றை, தாம் நேரில் கண்டதாக' நிக்கலஸ் டெமாஸ்கனாஸ் பதிவுசெய்கிறார். அந்தக் குழுவில் மூன்று உறுப்பினர்கள் இருந்ததாக அவர் சொல்கிறார். ஆனால், அந்தக் குழுவினர் எடுத்துச் சென்ற கடிதத்தைப் பார்த்தால், இன்னும் பலர் அந்தக் குழுவில் இருந்தனர் என்பதும், அவர்கள் பயண வழியில் இறந்துபோனார்கள் என்பதும் நமக்குத் தெரியும். நீண்ட பயணமே அவர்கள் இறப்புக்குக் காரணமாக இருந்தது என அவர் எழுதிச்செல்கிறார்.

அகஸ்டஸ் சீஸரின் ஆட்சிக் காலத்தில், ரோம் நகரம் வணிகத்தொடர்பு வைத்துள்ள நகரங்களைப் பற்றிய ஒரு வரைபடத்தைத் தயாரிக்கச் சொன்னான். அவனது ஆணைப்படி, கல்லிலே பொறிக்கப்பட்ட ஒரு வரைபடம் தயாரிக்கப்பட்டது. 'பியூட்டிங்கர் டேபிள்' என அழைக்கப்படும் அந்த வரைபடத்தில் பாண்டிய துறைமுகம் கொற்கை குறிப்பிடப்பட்டுள்ளது. ரோமானிய மன்னன் அகஸ்டஸ் சீஸரின் உத்தரவின் பேரில் கல்லிலே ஒரு வரைபடம் உருவாக்கப்பட்டபோது, மதுரையை ஆட்சி

செய்த நன்மாறனைப் பற்றி நக்கீரன் என்கிற புலவன் கவியிலே ஒரு வரைபடத்தை வரைந்து காட்டியுள்ளான். அரண்மனையில் மன்னனின் அன்றாட வாழ்வைப் பற்றிய ஒரு வரைபடமாக இதை எடுத்துக்கொள்ளலாம்.

‘உயர்த்திய வாளையுடைய மாறனே, இரப்போருக்குக் கிடைப்பதற்கு அரிய அணிகலன்களைக் குறையாமல் கொடுப்பாயாக; யவனர்கள் சிறந்த கப்பல்களில் கொண்டுவந்த குளிர்ந்த நறுமணத்தை உடைய மதுவை, பொன்னாலாகிய அழகிய வேலைப்பாடுகளைக் கொண்ட கலத்தில் ஏந்தி, ஒளிமிக்க வளையல்கள் அணிந்த பெண்கள்

ஊட்ட, அதை அருந்தி மகிழ்வாயாக; வானத்தில் இருளை அகற்றும் கதிரவனைப்போலவும் மேற்குத் திசையில் குளிர்ந்த கதிர்களைப் பரப்பும் மதியைப் போலவும் உலகத்துடன் நீயும் நின்று நிலைபெற்று வாழ்க!' என வாழ்த்துகிறார்.

அதாவது, உலகின் மத்திய கிழக்குப் பகுதியில் இருந்து கிரேக்கக் கப்பல்களால் கொண்டுவரப்பட்ட மதுவை அருந்தி மகிழும் நன்மாறனைப் பற்றிய இந்தச் சித்திரம், அகஸ்டஸ் மன்னன் உருவாக்கிய 'பியூட்டிங்கர் டேபிள்' எனும் வணிக வரைபடத்தின் இன்னொரு வடிவத்தினாலான சாட்சியை நமக்கு வழங்குகிறது. வணிகம், ரோமானிய மதுவை வைகைக் கரை வரை கொண்டுவந்து சேர்த்துள்ளது. அரசனின் செழிப்புமிக்க வாழ்வின் அடையாளமாக, அழகிய வேலைப்பாடுடைய கலத்தில் மதுவை உயர்த்திப் பிடிக்கும் காட்சி அரங்கேறுகிறது. ரோமானிய மன்னன் அகஸ்டஸ் சீஸரும், மதுரை மன்னன் நன்மாறனும் நீண்ட நெடிய கடல்பாதையின் இரு முனைகளில் நின்றுகொண்டிருந்தனர். எல்லா காலத்திலும் பண்பாடு, வணிகத்தைப் பின்தொடர்ந்து வந்துசேரும். அப்படித்தான் எண்ணற்றவை வந்துசேர்ந்தன!

12

வைகை நதியைக் கடக்கும்போது தென்படும் கோட்டை மதில்களின் பிரமாண்டத்தில் இருந்து தொடங்குகிறது கோவலனின் வியப்பு. மூத்தவர்கள் சொல்லிக் கேள்விப்பட்ட மதுரையை, அப்போதுதான் முதன்முதலாகப் பார்க்கிறான் கோவலன். அவனது பார்வையின் வழியே மதுரையை வாசகனுக்கு அறிமுகப்படுத்துகிறார் இளங்கோ. கம்பீரமான கோட்டை. அந்தக் கோட்டை மதில்களைக் காவல் காக்கும் பணியில் ஈடுபட்டிருக்கிறார்கள் யவன (கிரேக்க) வீரர்கள். வாள்வீச்சில் மகா கெட்டிக்காரர்களான யவன வீரர்களைப் பார்த்தபடியே, வியப்பு குறையாமல் மதுரை நகருக்குள் நுழைகிறான் கோவலன்.

முழங்கால் வரை குறுகிய பாவாடை போன்ற வட்டுடை அணிந்து, உடம்பில் சட்டை அணிந்து, கையில் ஆயுதத்துடன் அச்சம் தரும் தோற்றத்தை உடைய

யவனர்கள், பாண்டியனின் பாசறையில் இருந்ததைப் பற்றி முல்லைப்பாட்டு ஆசிரியர் பேசுகிறார். இளங்கோவடிகளும் நம்பூதனாரும் எழுதிய மதுரையைப் பற்றிய வர்ணனைக்குள் உலகின் மத்திய கிழக்குப் பகுதியைச் சேர்ந்த யவனர்கள் எப்படி வந்து சேர்ந்தார்கள்? 21 அடி நீள ஈட்டியை உருவாக்கி உலகையே கலக்கியவர்கள், இப்போது

கூரிய வாளோடு மதுரைக் கோட்டையைக் காவல்செய்ய வந்தது எப்படி, இதற்கு மட்டும்தான் வந்தார்களா அல்லது வேறு பணிகளும் செய்தார்களா... எனக் கேள்விகள் அடுக்கடுக்காக எழுகின்றன.

இந்தியாவில் வேறு எந்த மன்னனின் கோட்டைக் காவலிலும் பாசறையிலும் படையிலும் கிரேக்க வீரர்கள் இருந்ததாக இலக்கியங்கள் சொல்லவில்லை. அப்படியிருக்க, மதுரையைப் பற்றிய வர்ணனையில் மட்டும் மீண்டும் மீண்டும் இந்தச் செய்தி சொல்லப்படுவது ஏன்? அது மட்டும் அல்ல, இவற்றின் அடுத்தகட்டமாக பாண்டிய மன்னன் ஆரியப் படை கடந்த நெடுஞ்செழியன், யவனப் பெண்ணை தனது மனைவியாக ஏற்றுக்கொண்டான் என்றும், அவனது அந்தப்புரத்தில் யவனப் பெண்கள் பலர் மெய்க்காவலர்களாக இருந்தனர் என்றும் சங்க இலக்கியம் கூறுகிறது.

அதாவது கையில் ரோமானியக் குவளையில் மது, உடன் ரோமானிய மனைவி, காவலுக்கு ரோமானிய வீரர்கள், அவர்கள் தங்கியிருக்க ரோமானியக் குடியிருப்பு (யவனச்சேரி) எல்லாம் மதுரையில் இருந்துள்ளனர். எண்ணற்ற யவனப் பொருட்கள் கொண்டுவந்து சேர்க்கப்பட்டுள்ளன. இவை எல்லாம் சுமார் 300 ஆண்டுகளாக கிரேக்கத்துக்கும் தமிழகத்துக்கும் கடல் வணிகம் தீவிரமாக நடந்த காலத்தில்தான். அப்படியென்றால், எதைக் கொடுத்து இவ்வளவையும் பெற்றார்கள்?

கி.பி முதலாம் நூற்றாண்டில் பெயர் அறியப்படாத கிரேக்க மாலுமியால் எழுதப்பட்ட *'The Periplus of the Erythraean Sea'* என்ற நூலில், ரோமானியப் பேரரசுக்கு இந்தியாவில் இருந்து ஏற்றுமதி செய்யப்பட்ட பொருட்களின் விவரங்கள் அளிக்கப்படுகின்றன. அவற்றில் முத்து, மிளகு, பட்டு, கற்பூரம், நவரத்தினங்கள் ஆகியவை முக்கிய இடத்தைப் பெறுகின்றன. தமிழகத்தில் இருந்து கிரேக்கத்துக்கு ஏற்றுமதி செய்யப்பட்டதில் பாண்டிய நாட்டு முத்துக்களும், சேர நாட்டின் மிளகும், சோழ நாட்டின் நவரத்தினக் கற்களும் பிரதானமானவை. குறிப்பாக, முத்துக்களின் ஆதிக்கமே அன்று ரோமாபுரியை ஆட்டிப்படைத்திருக்கிறது. ஒரு

பெண், முத்து அணிந்து பொது இடத்தில் நடந்து செல்வது என்பது, அவளுக்கு முன்னால் ஒரு படைவீரர் நடந்து செல்வதைப்போல மதிப்பு அளிப்பதாக அவர்கள் கருதினார்கள்.

ரோமானியப் பெண்கள் தங்களின் விரல்களிலும் காதுகளிலும் மட்டும் அல்ல, கால் செருப்பிலும் முத்துக்களை அணிந்துகொண்டனர். இது, ரோமானிய செனட் சபையில் பெரும் புயலைக் கிளப்பியது. ரோமாபுரியில் இருந்து வருடத்துக்கு மில்லியன் தொகைகள் மதிப்பிலான தங்கம் வீணாவதாக அரசின் கணக்காளர்கள் கண்டித்தார்கள். இதில் பாதி, தமிழகத்துடனான வர்த்தகத்துக்காகச் செலவிடப்பட்டுள்ளது. ரோமாபுரிப் பெண்கள் முத்துக்களின் மீது கொண்டுள்ள மோகத்தைத்தான் செனட் சபை தீவிரமாகக் கண்டிக்கிறது. இந்த முத்துக்களைக் கொண்டுவர பயங்கரமான கடல் பயணத்தையும், சூரிய வெப்பத்தால் தாக்கப்படும் நிலப்பகுதியையும் கடந்துவர வேண்டியுள்ளது என்பதை கண்டன உரைகள் சுட்டிக்காட்டுகின்றன. ரோமாபுரி, முத்துக்களின் மீதான மோகத்தில் கட்டுண்டு கிடந்தது என்பதற்குச் சிறந்த உதாரணம் கிளியோபாட்ரா. அவளின் புகழ்பெற்ற முத்தாலான காது வளையங்கள் 1,15,458 பவுண்டுகள் மதிப்புகொண்டவை. கிளியோபாட்ரா, தான் அருந்தும் மதுவில் தன்னிடம் உள்ள விலை உயர்ந்த முத்தைக் கரைத்துக் குடித்தாள் என்பதும் பதிவுசெய்யப்பட்டுள்ளது.

செருப்புக்கு அலங்காரம் செய்வதில் தொடங்கி, மதுவில் கரைத்துக் குடிப்பது வரை முத்துக்களைப் பயன்படுத்தினால், அப்புறம் தங்கம் கட்டுக்கடங்காமல் கடல் கடக்காதா என்ன? எருக் காட்டூர் தாயங்கண்ணனார் தான் எழுதிய அகப்பாடலில் யவனர்கள் தங்களின் கப்பல்களில் பொன்னைக் கொண்டுவந்து இறக்குவதைப் பற்றிக் குறிப்பிடுகிறார். ரோமானிய நிர்வாகிகளின் கண்டனமும், எருக்காட்டூராரின் வர்ணனையும், கிளியோபாட்ரா கரைத்துக் குடித்த மதுவும் சொல்லும் செய்தி ஒன்றுதான். பாண்டிய நாட்டு முத்துக்களைப் பெற ரோமாபுரியில் இருந்து கணக்கற்ற பொன் இறக்குமதி செய்யப்பட்டுள்ளது. இதுபோக போர் வீரர்களும் பெண்களும் கொண்டுவரப்பட்டுள்ளனர்.

2,000 ஆண்டுகளுக்கு முன்னால் எழுதப்பட்ட இந்த எழுத்துக்களில் இருக்கும் உண்மைத்தன்மையை மெய்ப்பிக்கின்றன தற்போதைய ஆய்வுகள். இந்தியாவில் இதுவரை 129 இடங்களில் ரோமானிய நாணயங்கள் கண்டறியப்பட்டுள்ளன. அவற்றில் 90 சதவிகிதம் தமிழகத்தில் கண்டறியப்பட்டுள்ளன. மதுரையில் யவனர்கள் தங்கியிருந்த குடியிருப்பான யவனச்சேரி இருந்ததாக இலக்கியங்கள் கூறுவதும், ரோமானிய செனட்டில் முத்துக்களுக்காக கண்டன உரை நிகழ்த்தப்பட்டதற்கும், வைகையின் தொடக்கம் முதல் கடைப் பகுதி வரை ரோமானிய நாணயங்கள் கிடைப்பதற்கும் உள்ள உறவை வரலாறு நமக்குத் தெளிவாகவே விளக்குகிறது.

இலக்கியம் மற்றும் வரலாற்று நூல்கள் கூறும் இந்த விவரங்களுக்கான மற்றொரு வலிமைமிகுந்த ஆதாரத்தைத்தான் அழகன்குளத்து அகழாய்வு நமக்குத் தந்தது. அதுவரை இலக்கியத்தில் மட்டுமே சொல்லப்பட்டுவந்த அழகிய ரோமானிய மதுக்குவளையின் உடைந்த பகுதி அகழாய்வில் கிடைத்தது. தவிர, ரோமானிய மன்னர்களின் காசுகளும், ரோமானியக் கப்பல் கோட்டோவியமும், ரோமானிய ரௌலட்டட் மண்பாண்ட ஓடுகளும், எகிப்தியப் பிரமிடுகளில் உள்ளது போன்ற அழகியப் பெண் உருவங்களுடன்கூடிய பானை ஓடு ஒன்றும் கிடைத்துள்ளன. கிரேக்கத்துக்கும் தமிழகத்துக்குமான தொடர்புக்கு பல ஆதாரங்களைக் கொடுக்கிறது வைகையின் முகத்துவாரத்தில் அமைந்துள்ள அழகன்குளம்.

வெம்பூர் குத்துக்கல்லும் புல்லிமான் கோம்பை நடுகல்லும் கோதையும் அந்துவனும் கடற்கரை காக்கையும் மாமூலனார் கவிதையும் அழகன்குளத்து பானையோட்டு ஓவியமும் மதுச்சாடியும் வைகை நதிக்கரையில் உருவான பழம்பெரும் நாகரிகத்தின் அடையாளங்களை தங்களுக்குள் தாங்கி நிற்கின்றன. ‘திராவிட நாகரிகத்தின் தாயகமாக வைகை நதிக்கரை நாகரிகம் விளங்கியதா?’ என்ற ஆராய்ச்சியை நோக்கி எதிர்காலம் செல்வதற்கான பல அடிப்படைகளை இந்த ஆதாரங்கள் கொண்டுள்ளன. இத்தகைய ஒரு கருத்தை முன்வைப்பதுகூட வெறும் அனுமானத்தில் இருந்து மட்டும் அல்ல, அடிப்படை சான்றுகளைக்கொண்டுதான்.

உலகில் கல்வெட்டுகள் மிக அதிகம் கிடைக்கும் நாடுகளில் ஒன்று, இந்தியா. இந்தியாவில் இதுவரை கண்டறியப்பட்டுள்ள கல்வெட்டுகளில் 60 சதவிகிதத்துக்கும் அதிகமான கல்வெட்டுகள் தமிழ் மொழி சார்ந்தவை. தமிழ் மொழியில் காலத்தாலான மிகப் பழைமையான தமிழ் பிராமி கல்வெட்டுகள் 33 இடங்களில் கண்டறியப் பட்டுள்ளன. அவற்றில் சுமார் 22 இடங்கள் வைகைப் பகுதியில் அமைந்துள்ளவை. இந்தப் புள்ளிவிவரம் மனிதகுல நாகரிகத்தின் வளர்ச்சிப் பாதையில் தமிழ் மொழியின் பங்களிப்பையும் வைகை நதியின் பங்களிப்பையும் தெளிவாக முன்வைக்கிறது.

அதனால்தான் சங்கப் புலவர்கள் மதுரையை, 'புலத்தினும் போரினும் போர் தோலாக் கூடல்' (புலமையிலும் போரிலும் தோற்காத கூடல்) எனக் குறிப்பிட்டனர். தமிழுக்கு ஊறு நேராதவாறு வேலி, பயிரைக் காத்தல்போல காத்ததினால் மதுரையை 'தமிழ் வேலி' எனப் புகழ்ந்தனர். வைகையை 'தமிழ் வைகை' என அழைத்தனர். மொழியும் பண்பாடும் இறுகப் பின்னிக்கிடந்த ஒரு நகரத்தை, நாகரிகத்தின் குறியீடாகவும் மொழியின் அடையாளமாகவும் மாற்றினர். ஆதிகாலம்தொட்டு இருக்கும் இந்த அடையாளத்தின் மீது சமீபத்திய கண்டுபிடிப்பு புதிய ஒளியைப் பாய்ச்சுகிறது.

அமர்நாத் ராமகிருஷ்ணன் தலைமையிலான மத்திய தொல்லியல் ஆய்வுக் குழு கடந்த ஏழு மாதங்களாக அகழாய்வை நடத்தி, வைகைக் கரையில் சுமார் 2,500 ஆண்டுக்கு முந்தைய நகரத்தைக் கண்டறிந்துள்ளனர். இந்த நகரத்தின் பெயர் என்ன?

1921-ம் ஆண்டில் சிந்து நதியின் மேற்கு கரையில் இருந்து சுமார் 4 கிலோமீட்டர் தூரத்தில் முட்புதர்கள் நிறைந்திருந்த ஒரு மேட்டில், சிதறிக்கிடந்த செங்கற்களைப் பார்த்த தொல்லியல் நிபுணர் ஆர்.டி.பானர்ஜி, அங்கு விரிவான முறையில் அகழாய்வு நடத்தினார். மண்ணுக்குள் இருந்து பெரும் நகரமைப்பைக் கண்டறிந்தார். இந்த நகரத்துக்கு என்ன பெயர் இருந்தது எனத் தெரியாது. அதனால் இப்போது இருக்கும் அந்தக் கிராமத்தின் பெயரிலேயே 'மொகஞ்சதாரோ' என அழைத்தார்.

மகாகவி ஹோமர் எழுதிய 'இலியட்' காவியத்தைப் படித்த ஹென்றிச் ஸ்லீமென், அந்தக் காவியத்தில் வருகிற 'டிராய் நகரம்' வெறும் கற்பனை அல்ல உண்மை என நம்பினார். காவியத்தில் வருகிற குறிப்புகளை வைத்து ஆசியன் மைனரில் உள்ள ஹிசார்லிக் குன்று பகுதியில் அகழாய்வை நடத்தினார். மண்ணுக்குக் கீழ் மூன்றாம் அடுக்கில் டிராய் நகரம் இருப்பதைக் கண்டறிந்தார்.

இவை இரண்டும் இரு வகை உதாரணங்கள். பெயர் தெரியாத பழைய நகரத்துக்கு இப்போது உள்ள கிராமத்தின் பெயரில் 'மொகஞ்சதாரோ' என அழைப்பதும், காவியத்தில் சொல்லப்பட்ட குறிப்புகளை வைத்து மண்ணுக்குள் கண்டறியப்பட்ட நகரத்தை அதன் பூர்வீகப் பெயரில் 'டிராய்' என அழைப்பதும் இரண்டு வகையான உதாரணங்கள்.

இப்போது நம் முன் உள்ள கேள்வி இதுவே... சிலப்பதிகாரமும் பரிபாடலும் இன்னும் சில இலக்கியங்களும் சொல்கிற நிலக்குறிப்பை அடிப்படையாக வைத்து மண்ணுக்குள் இருக்கும் இந்த நகரை 'பழைய மதுரை' எனச் சொல்லப்போகிறோமா அல்லது மதுரை என்ற பெருநகரத்துக்குப் பக்கத்தில் இருந்த துணை நகரமாக இருந்திருக்கும் இந்த நகரின் பெயர் என்ன என்பது தெரியாததால் இன்று உள்ள கிராமத்தின் பெயரான 'கீழடி' என்றே அழைக்கப்போகிறோமா?

இந்தக் கேள்வியை 43 அகழாய்வுக் குழிகளில் இருந்து எடுக்கப்பட்டுள்ள சுமார் 2 லட்சம் பானை ஓடுகள் நம் முன் வைத்துள்ளன. ரகசியங்களின் ஆதிநிலம் முன்வைக்கும் இந்த ஒற்றை வரிக் கேள்விக்கான பதில், ஒரு நகரத்தைப் பற்றியது அல்ல, ஒரு நாகரிகத்தைப் பற்றியது!

13

தமிழ்ச் சமூகத்தின் கையில் வளமான சங்க இலக்கியம் இருக்கிறது. ஆனால், அதை நிரூபிக்கும் தொல்லியல் சான்றுகள் போதுமானவையாக இல்லை. காரணம், போதுமான தொல்லியல் ஆய்வுகள் தமிழகத்தில் நடைபெறவில்லை. முதன்முறையாக கீழடியில் பிரமிக்கத்தக்க வகையில், சங்ககால சமூகம் பற்றிய ஆதாரங்கள் கிடைத்துள்ளன. குறிப்பாக, நகர நாகரிகத்தின் முழுமையான அடையாளமாக ஹரப்பா, மொகஞ்சதாரோவில் கிடைத்துள்ளதைப்போல விரிவான கட்டட அமைப்புகள் கிடைத்துள்ளன. வீட்டுச் சுவர்கள், தரைத்தளம், வடிகால்கள், தொட்டிகள், கிணறுகள், இரண்டு அடுக்குச் சுவர்கள் என நகர அமைப்பு முழுமையாகக் கிடைத்துள்ளது. இவற்றில் சுமார் 1,300 பொருட்கள் கண்டறியப்பட்டுள்ளன. முத்துக்களில் தொடங்கி, எலும்பில்

செய்யப்பட்ட எழுத்தாணி போன்ற பொருட்கள் வரை முதன்முறையாகக் கிடைத்துள்ளன. இவை தவிர 32 தமிழ் பிராமி எழுத்துக்கள் எழுதப்பட்ட பானை ஓடுகள் கிடைத்துள்ளன. அவற்றில் ஓர் ஓட்டில் எழுத்துப்பிழையோடு எழுதப்பட்டிருக்கிறது. அதாவது நன்கு பயின்றவர்கள்தான் எழுதினார்கள் என்பது இல்லாமல், தொடக்க நிலையில் இருந்தவர்கள்கூட எழுதிப் பயின்றதன் அடையாளமாக இது இருக்கிறது.

விஞ்ஞானபூர்வமாக மண் அடுக்குகளுக்குள்

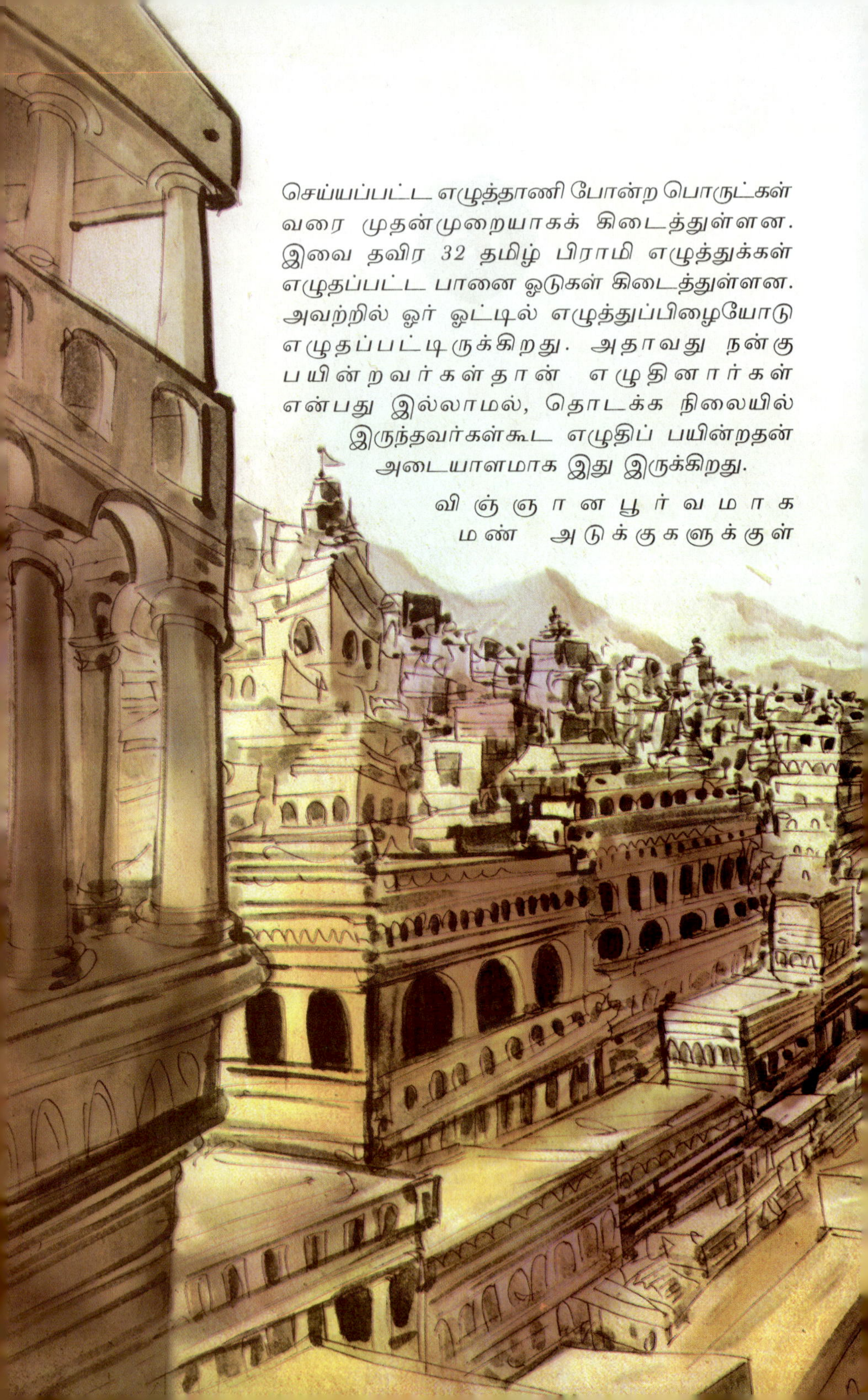

மண்பாண்டங்கள் கிடைப்பது மிக அரிது. அந்த அடுக்குகளை வைத்துத்தான் காலத்தை அளவிட முடியும். தமிழகத்தில் இரும்புக் காலத்திலிருந்து வரலாற்றுத் தொடக்கக் காலத்துக்கு எவ்வாறு உருமாற்றம் நடந்தது என்பதை அறிய, இந்த ஆய்வு பெரும் பங்களிப்பைச் செய்யும். தமிழகத்தின் தொன்மையான வரலாற்றுக் காலத்தை அறிய, நமக்குக் கிடைத்துள்ள பெரும் சான்றாக கீழடி

அமைந்துள்ளது. சங்ககாலம் என நாம் பொதுவாக வரையறுக்கிற காலத்தின் மூன்று அடுக்குகள் மிகத் தெளிவாகக் கிடைத்துள்ளன. மூன்று படிநிலைகளில் மனிதர்கள் பயன்படுத்தியுள்ள கிணறுகள் கண்டெடுக்கப்பட்டுள்ளன. மேல் அடுக்கில் உள்ள கிணற்று உரையின் அளவு 47 சென்ட்டி மீட்டராக உள்ளது. கீழ் அடுக்கில் உள்ள கிணற்று உரையின் அளவு 32 சென்ட்டிமீட்டராக உள்ளது.

கீழ் அடுக்கிலிருந்து கிடைக்கும் பானை ஓடுகளில் குறியீடுகள் மட்டுமே இருக்கின்றன; எழுத்துக்கள் இல்லை. அதற்கு மேல் அடுக்குக்கு வந்த பின் எழுத்துக்கள் வரத் தொடங்கிவிட்டன. அப்போது எழுத்துக்களுடன் சேர்ந்து குறியீடுகளும் கிடைக்கின்றன. அதன் பின் குறியீடுகள் இல்லாமல் எழுத்துகள் மட்டும் (தமிழ் பிராமி) கிடைக்கின்றன. அதாவது எழுத்துக்கள் உருவாகாத காலத்துக்கும், எழுத்துக்கள் உருவான காலத்துக்கும் தெளிவான ஆதாரங்கள்.

இங்கு உள்ள பல குறியீடுகள் ஒவ்வொரு குலத்துக்கும் உள்ள குறியீடாக இருக்கலாம். அந்த அளவுக்கு எண்ணற்ற குறியீடுகள் கிடைத்துள்ளன. குறிப்பாக, பாண்டியர்களுக்கு உரிய மீன் சின்னம் நிறையவே தென்படுகிறது. பானை ஓடுகளில் விதவிதமான மீன்கள் கீறி வரையப்பட்டுள்ளன. மக்கள் தங்களின் குலச் சின்னமான மீன் சின்னத்தை உணர்வுபூர்வமாகப் பதிவு செய்துள்ளனர் என்பதை அறிய முடிகிறது. அதேபோல இங்கு கிடைக்கக்கூடிய பொருட்களில் செய்யப்பட்ட கலை வேலைப்பாடுகள் நம்மைப் பிரமிக்கவைக்கின்றன. நுட்பமான கலை வேலைப்பாடுகள் இன்றி எந்த ஒரு பொருளையும் பார்க்க முடியவில்லை. அவ்வளவு வலிமையான கலை மரபு இங்கு இருந்திருக்கிறது. எத்தனை தலைமுறையாக வளர்க்கப்பட்ட மரபாக அது இருந்திருக்கும் என்பதை யோசித்தால், அந்த எண்ணம் நம்மைத் திகைக்கவைக்கிறது.

‘சிந்துசமவெளி நாகரிகம், ஒரு திராவிடப் பண்பாடு... திராவிட மொழிக் குடும்பத்தைச் சேர்ந்த பழந்தமிழ்ப் பண்பாட்டோடு நெருங்கிய தொடர்புகொண்டது’ என்ற ஆய்வுகள் முன்வைக்கப்படுகின்ற இந்தக் காலத்தில், அத்தகைய கருத்துக்களை மேலும் வலுப்படுத்தும் சான்றாக

கீழடியில் கிடைத்துள்ள குறியீடுகளும் பிற கண்டுபிடிப்புகளும் அமையும். இனி தமிழகத்தின் வரலாற்றுக் காலக் கணக்கை நிர்ணயிக்கும் ஆவணமாகக் கீழடியில் உள்ள ஆதாரங்களே இருக்கப்போகின்றன. 'இவ்வளவு முக்கியமான இந்த இடத்தின் எதிர்காலம் என்ன?' என்ற கேள்வி எல்லோரையும் கலக்கமுறவைக்கிறது.

மத்திய தொல்பொருள் துறை, கடந்த 60 ஆண்டுகளாக வட இந்தியாவுக்குக் கொடுத்த முக்கியத்துவத்தை தென் இந்திய ஆய்வுகளுக்குத் தரவில்லை என்பது வெளிப்படையான உண்மை. தனது அகழாய்வுப் பிரிவு ஐந்தை வட இந்தியாவிலும் (டெல்லி, பரோடா, நாக்பூர், பாட்னா, புவனேஸ்வர்), ஒன்றை மட்டும் தென் இந்தியாவிலும் (பெங்களூரு) வைத்துள்ள துறை இது. பெங்களூரில் உள்ள அந்த ஓர் அலுவலகம்கூட கடந்த 50 ஆண்டுகளில் கர்நாடகத்தில் நடத்திய தொல்லியல் ஆய்வுகளில் நான்கில் ஒரு பங்கைக்கூட தமிழகத்தில் நடத்தவில்லை. இந்தியா முழுவதும் 45 இடங்களில் கள அருங்காட்சியகத்தை (Site Museum) மத்திய அரசு நிறுவியுள்ளது. தமிழகத்தில் சென்னைக் கோட்டைக்குள் இருக்கும் ஓர் அருங்காட்சியகம் தவிர, வேறு எந்தக் கள அருங்காட்சியகமும் மத்திய அரசால் உருவாக்கப்படவில்லை.

இந்தியாவின் முதல் தொல்லியல் ஆய்வு நடத்தப்பட்ட இடம், தமிழகம். 1876-ம் ஆண்டு முதல் 1905-ம் ஆண்டு வரை ஜெர்மன், பிரெஞ்சு மற்றும் ஆங்கிலேயர்களால் ஆதிச்சநல்லூரில் அகழாய்வு நடத்தப்பட்டது. அங்கு எடுக்கப்பட்ட அகழாய்வுப் பொருட்கள் ஜெர்மனியில் உள்ள பெர்லின் அருங்காட்சியகத்தில் இன்றும் உள்ளன. அதற்கு 20 வருடங்களுக்குப் பின்னர்தான் சிந்துசமவெளிப் பகுதியில் அகழாய்வு மேற்கொள்ளப்பட்டது. ஆனால், கடந்த அரை நூற்றாண்டாக மத்திய தொல்பொருள் துறை தமிழகத்துக்கான முக்கியத்துவத்தை சிறிதும் தரவில்லை. 1973-ம் ஆண்டில் பூம்புகாரில் நடத்தப்பட்ட அகழாய்வுக்குப் பின்னர், சுமார் 40 ஆண்டுகள் கழித்து பெரிய ஓர் ஆய்வு இப்போதுதான் தமிழகத்தில் நடத்தப்பட்டுள்ளது. இடையில் 2005-ம் ஆண்டில் ஆதிச்சநல்லூரில் சிறிய அளவில் நடத்தப்பட்ட அகழாய்வின் முடிவுகள்கூட, 10 ஆண்டுகள்

கழிந்த நிலையில் இன்னும் வெளியிடப்படவில்லை.

மாநில அரசோ காக்காவுக்குச் சோறு வைப்பதுபோலத்தான் தொல்லியல் துறைக்கு நிதி ஒதுக்குகிறது. வளமான தொல்லியல் ஆதாரங்களைக்கொண்ட அழகன்குளத்தில் மாநில அரசு கடந்த ஏழு வருடங்களில் 19 அகழாய்வுக் குழிகளை மட்டுமே தோண்டியுள்ளது. ஆனால், மத்திய தொல்லியல் துறையோ கீழடியில் கடந்த ஏழு மாதங்களில் 43 அகழாய்வுக் குழிகளைத் தோண்டி ஆய்வை நடத்தியுள்ளது. 40 வருடங்கள் வராமல் இருந்த மத்திய அரசைக் குறைபட்டுக்கொள்வதா அல்லது நத்தை வேகத்தில் நகரும் மாநில அரசை எண்ணி நொந்துகொள்வதா?

இந்தத் தலைப்பில் விவாதிக்கத் தொடங்கினால், அது பக்கங்களுக்குள் அடங்காது. டெல்லியில் இருக்கும் மத்திய அருங்காட்சியகத்தைப் பார்க்கும் ஒருவனால், தென் இந்தியாவில் மனித நாகரிகம் ஒன்று இருந்துள்ளது என்பதற்கான தடயத்தைக் கண்டுபிடிப்பதே கடினம். மாநில அரசோ, கீழடியில் இப்படி ஓர் ஆய்வு நடப்பதையே இன்னும் உணராமல்தான் இருக்கிறது.

கீழடியில் இருக்கும் தொல்லியல் மேடு, சுமார் 120 ஏக்கர் பரப்பில் ஐந்து கி.மீ சுற்றளவைக் கொண்டது. இந்த ஆண்டு இங்கு நடைபெற்ற ஆய்வு, ஒரு சதவிகிதத்துக்கும் குறைவான இடத்திலேதான் நடத்தப்பட்டிருக்கிறது. அந்தக் குறுகிய இடத்திலேயே இவ்வளவு ஆதாரங்கள் கிடைத்துள்ளன. இந்த இடத்தில் இனி குறைந்தது 10 முதல் 20 ஆண்டுகளுக்கு ஆய்வு செய்யப்பட வேண்டியுள்ளது. குஜராத்தில் உள்ள தொழவீராவில் கடந்த 10 ஆண்டுகளுக்கும் மேலாக தொடர்ச்சியான ஆய்வைச் செய்துகொண்டிருக்கும் மத்திய அரசு அதைப்போல கீழடியில் ஆய்வைத் தொடர்ந்து நடத்துமா?

மாநில அரசு என்ன செய்யப்போகிறது? இவ்வளவு முக்கியமான ஒரு தொல்லியல் ஆய்வு தமிழகத்தின் எல்லைக்குள்தான் நடந்துகொண்டிருக்கிறது என்பதை மாநில அரசின் கவனத்துக்கு எப்படிக் கொண்டுசெல்வது என்பதுதான் இப்போது பெரும் சவால்.

மொகஞ்சதாரோவும் ஹரப்பாவும் தேசப்

பிரிவினையின்போது பாகிஸ்தான் எல்லைக்குள் போய்விட்டதால், இந்தச் செழுமைமிகுந்த நாகரிகத்தின் அடையாளங்களை இந்தியப் பகுதிக்குள் கண்டறியப்பட வேண்டும் என, அன்றைய பிரதமர் நேரு மிகுந்த ஆர்வத்துடன், அக்கறையுடன் இருந்தார். அதன் விளைவாக மத்திய தொல்லியல் துறை தொடர்ந்து கவனம் செலுத்தி, மேற்குப் பகுதியில் சிந்துசமவெளி நாகரிகக் காலத்தைச் சேர்ந்த எண்ணற்ற அமைவிடங்களைக் கண்டறிந்தது.

'இச்சவாகு' அரசின் தலைநகர் அமைந்த இடம் நாகார்ஜுனகொண்டா. அங்கு புதிய அணைக்கட்டு (நாகார்ஜுன சாகர்) உருவாக்க வேண்டிய சூழல் ஏற்பட்டதால், வரலாற்றுச் சிறப்புமிக்க கட்டடங்களை அப்படியே பெயர்த்தெடுத்து வேறு இடத்துக்கு மாற்றினார்கள். பிரதமர் நேருவின் நேரடிப் பார்வையில் இந்தப் பணிகள் நடந்தன எனக் கூறுவார்கள். ஆனால், இன்றோ கீழடி ஆய்வுகளைப் பார்வையிட இன்னும் சிவகங்கை மாவட்ட ஆட்சித் தலைவர்கூட வந்துசேரவில்லை.

இந்த ஆய்வுப்பணியை மேற்கொள்ளும் குழுவின் பொறுப்பாளர் அமர்நாத் இராமகிருஷ்ணன் கூறுவதுபோல, 'அகழாய்வுக்கான ஒரு பொக்கிஷம், கீழடி!' இந்த இடத்தை நாம் பாதுகாப்பதும் தொடர்ந்து இங்கு அகழாய்வுப் பணிகள் நடப்பதை உறுதிசெய்வதும் இன்று தமிழக அறிவுச் சமூகம் முன்னெடுக்கவேண்டிய கடமை. இங்கு நடத்தவேண்டிய ஆய்வுக்கான ஒரு நீண்டகாலத் திட்டத்தை, தொல்லியல் துறை உருவாக்க வேண்டும் என்ற நிர்பந்தம் எல்லா தரப்பினராலும் தொடர்ந்து உருவாக்கப்பட வேண்டும். இல்லையெனில், இங்கு புதிதாக உருவாகும் ஒரு செங்கல் சூளை, ஆதி வரலாற்றின் தடயங்களை எல்லாம் பெயர்த்தெடுத்து அரைப்பாடி லாரியில் ஏற்றி அனுப்பிவிடும்.

உடனடியாக கீழடிப் பகுதியில் ஒரு கள அருங்காட்சியகம் அமைக்க அரசு ஏற்பாடு செய்ய வேண்டும். அப்போதுதான் இங்கு கண்டறியப்பட்ட 1,000-க்கும் மேற்பட்ட பொருட்கள் மக்களின் பார்வையில் இருக்கும். இல்லையெனில், ஆதிச்சநல்லூரில் எடுக்கப்பட்ட பொருட்கள் பெர்லினுக்குப்

போய்ச் சேர்ந்ததைப்போல, கீழடியில் எடுக்கப்பட்ட பொருட்கள் பெங்களூரில் பூட்டப்பட்ட அறைக்குள் போய்ச் சேர்ந்துவிடும்.

அகழாய்வு செய்வதற்கு முன்னர் மண்ணுக்குள் புதைந்துள்ள பொருட்கள், அகழாய்வுக்குப் பின் அரசாங்கக் கட்டடங்களின் இருட்குகைக்குள் புதைந்துவிடுகின்றன. அது மக்களின் பண்பாட்டுச் சொத்து; அரசு ஆவணங்களுக்குள் புதைந்துபோகும் ஜடப்பொருள் அல்ல. எதிர்காலத் தலைமுறையினரிடம் உரையாடும் ஆற்றல்கொண்ட மானுட எச்சம். மூதாதையர்களின் வாழ்வையும் வரலாற்றையும் ஒருங்கே சுமந்து நிற்கும் சாட்சி. நாகரிகத்தின் பிடிமண்.

அதைப் பாதுகாத்து அடுத்த தலைமுறையின் கையில் சேர்க்கப்போகிறோமா அல்லது அரைபாடி லாரியில் ஏற்றிச் செல்லப்படப்போவதை அனுமதிக்கப்போகிறோமா? தமிழ் மொழியின் மீதும், வரலாற்றின் மீதும், பண்பாட்டின் மீதும் அக்கறைகொண்ட எல்லோரும் ஒருங்கிணைந்து பதில் தேட வேண்டிய கேள்விகள் இவை!

(வைகை நதி நாகரிகம் தொடர் முற்றிற்று)

14

‘கீழடி’ - யாசகம் கேட்கும் தொல் நகரம்!

இன்னும் ஒருசில நாள்களில் இரண்டு லாரிகள் மதுரையிலிருந்து மைசூருக்கு புறப்பட இருக்கின்றன. அந்த லாரிகள் தமிழகப் பதிவு எண்களைக் கொண்டதா அல்லது கர்நாடகப் பதிவு எண்களைக் கொண்டதா என்பது இனிமேல்தான் தெரியவரும். ஒருவேளை, காவிரிப் பிரச்னையையொட்டி கர்நாடகத்தில் நடந்துகொண்டிருக்கும் கலவரத்தில் அந்த லாரிகள் தாக்கப்பட்டால், அரசுக்கு பெரும் நட்டம் எதுவும் ஏற்படப்போவதில்லை. ஏனென்றால், அந்த லாரிகளில் இருப்பதெல்லாம் பழம்பொருள்கள்தான். அதுவும் 2,500 ஆண்டுகளுக்கு முந்தைய பழம்பொருள்கள்.

மதுரைக்கு அருகில் உள்ள கீழடியில் நடைபெற்ற அகழாய்வில் இதுவரை 5,300 தொல்பொருள்கள் கண்டெடுக்கப்பட்டுள்ளன. அந்த இடமும்

பொருள்களும்தான் இனி தமிழகத்தின் வரலாற்றுக் காலநிர்ணயத்தை அளவிடும் அடிப்படைத் தரவுகள். அந்தத் தரவுகள், தமிழக நாகரிகத்தின் காலத்தை இன்னும் பின்னோக்கித் தள்ளுவதாக இருக்கும். இன்றைய அரசியல் சூழலில் இந்தச் செய்தி பலருக்கு ஏற்புடையதல்ல. தரவுகளை தன்னழிவுக்கு விடும் வக்கிரமேறிய அரசியல் ஒன்றும் புதிதல்ல. அவை எல்லா காலங்களிலும் அரங்கேறிக்கொண்டுதான் இருக்கின்றன.

இந்தியாவின் புகழ்பெற்ற வரலாற்றாளர்கள் பலரும் பழந்தமிழகத்தை ஒரு இனக்குழு சமூகமாகத்தான் வரையறுத்தார்கள். சிந்துவெளி நாகரிகத்தைப்போல ஒரு நகரநாகரிகம் இங்கு இல்லை என்பது அவர்களின் கருத்து. இலக்கிய வர்ணனைகளை மட்டும் வரலாற்று ஆதாரமாக எடுத்துக்கொள்ள முடியாது. ஆனால், அதைக் கடந்த ஆதாரங்கள் கண்டறியப்படாத நிலையில் அந்தக் கருத்துக்கு உயிரிருந்தது. ஆனால், இன்று கீழடியில் கண்டறியப்பட்டுள்ள தரவுகள் அந்தக் கருத்தியலை தகர்த்திருக்கிறது. சங்ககாலத்தில் நகரநாகரிகம் செழிப்புற்று இருந்ததை மெய்ப்பிக்கிறது.

கீழடியில் இருப்பது அழிந்துபோன ஒரு பெரும்நகரம். நகரநாகரிகத்தின் அனைத்து தடயங்களும், முதன்முறையாக அங்கு கண்டறியப்பட்டுள்ளன. எண்ணற்ற கட்டடங்களின் தரைத்தளங்கள், நீண்டு செல்லும் மதில்சுவர்கள், முத்துக்கள், தந்தத்தால் ஆன பல்வேறு பொருள்கள், சதுரங்கக்காய்கள், எண்ணிலடங்கா மணிகள். வணிகர்களின் எடைக்கற்கள், நெசவுக்கான தக்கை… என, பட்டியல் நீண்டுகொண்டேபோகும்.

இதுவரை 71 தமிழ் பிராமி எழுத்துகள், பானை ஓடுகளில் கிடைத்துள்ளன. அதில் பிராகிருதம் உள்ளிட்ட வேற்றுமொழிப் பெயர்களும் உள்ளன. ஆப்கானிஸ்தான் பகுதியைச் சேர்ந்த சூதுபவளத்தால் ஆன மணிகளும், ரோமாபுரியைச் சேர்ந்த மண்பாண்டங்களும், வடஇந்திய பிராகிருதப் பெயர்களுமாக வணிகமும் பண்பாடும் ஊடறுத்துப் பாயும் பெருநகரமாக இது இருந்துள்ளது.

சென்ற ஆண்டின் இதே மாதத்தில், அகழாய்வு முடிவுறும் தருவாயில் அதுவரை கிடைத்த பொருள்களை வைத்து,

இது நகரத்தின் குடியிருப்புப் பகுதி என எல்லோரும் உறுதிசெய்தனர். ஆனால், இந்த ஆண்டு அகழாய்வுப் பணி அதற்கு சில அடி தூரத்தில்தான் நடந்துள்ளது. அங்கு கிடைத்துள்ள தடயங்கள் எல்லாம் பெரும்தொழிற்சாலை இருந்துள்ளதை உறுதிப்படுத்துகின்றன.

வரிசை வரிசையான கால்வாய்கள், அதன் முகப்பிலே பெரும்தொட்டிகள். அந்தத் தொட்டிக்குள் தண்ணீர் உள்செல்லவும் வெளிச்செல்லவுமான அமைப்புகள். அந்த கால்வாய் தடத்தையொட்டி சிறிதும் பெரிதுமான ஆறு உலைகள். கால்வாயின் ஆரம்பப் பகுதியில் வட்டக்கிணறுகள். மூன்றுவிதமான வடிகால் அமைப்பு, மூடிய வடிகால்கள், திறந்த வடிகால்கள், சுடுமண் குழாய்களால் ஆன வடிகால்கள். இவை எல்லாம் முதன்முறையாகக் கிடைத்துள்ளன. இவற்றை ஒப்பிடுவதற்கு தமிழ்நாட்டிலோ அல்லது தென்னிந்தியாவிலோ வேறு இடங்களே இல்லை.

“கீழடியில் இருக்கும் தொல்லியல் மேடு, சுமார் 110 ஏக்கர் பரப்பைக்கொண்டது. அதில் வெறும் 50 சென்ட் நிலப்பரப்பில்தான் அகழாய்வு நடந்துள்ளது. மீதமிருக்கும் பெரும்பகுதியில் ஆய்வுகள் தொடருமேயானால்,

இந்த நகரத்தில் இருந்த பல்வேறு பகுதிகளை நம்மால் கண்டறிய முடியும்” என்கின்றனர் இந்த ஆய்வைப் பெரும் அர்ப்பணிப்பு உணர்வோடு நடத்திக்கொண்டிருக்கும் அமர்நாத் இராமகிருஷ்ணன் தலைமையிலான குழுவினர்.

1964-ம் ஆண்டு பத்துப்பாட்டு ஆராய்ச்சியை மிக விரிவாகச் செய்து முடித்த தமிழ் பேரறிஞர் மா.இராசமாணிக்கனார், பழந்தமிழ் இலக்கியங்களான பரிபாடல், திருமுருகாற்றுப்படை, கலித்தொகை, சிலப்பதிகாரம் மற்றும் திருவிளையாடல் புராணம் ஆகியவற்றின் அடிப்படையில் சங்ககால மதுரை என்பது இன்று உள்ள மதுரையல்ல. நமது இலக்கியக் குறிப்புகளின்படி அது திருப்புவனத்துக்கு நேர்மேற்கிலும், திருப்பரங்குன்றத்துக்கு நேர்கிழக்கிலும் அமைந்திருக்க வேண்டும். அதை ஆய்வுகளின் மூலம்தான் கண்டறிய வேண்டும் எனக் குறிப்பிட்டார்.

அவரின் குறிப்பு சுமார் ஐம்பது ஆண்டுகளுக்குப் பிறகு பெரும் உண்மையை நெருங்க வழிகாட்டுகிறது. சங்க இலக்கியம் சொல்லும் அதே புவியியல் அமைப்பில்தான் இன்று அகழாய்வு நடக்கும் இடம் இருக்கிறது. இவ்வளவு துல்லியமான புவியியல் ஆதாரமும், எண்ணிலடங்காத் தொல்லியல் ஆதாரங்களையும் இணைத்துப் பார்க்கையில், இதுவே சங்ககால மதுரையாக இருப்பதற்கான வாய்ப்புகளைக்கொண்டுள்ளதாக பலரும் கருதுகிறோம்.

110 ஏக்கர் பரப்பளவுகொண்ட இந்த இடம், பழந்தமிழ் நாகரிகத்தின் பேரடையாளங்களை தனது மார்போடு இறுக அணைத்து வைத்திருக்கிறது. அவற்றை இழந்துவிடாமல் இந்த இடத்தைப் பாதுகாக்க வேண்டும். மாநில அரசும் இங்கு அகழாய்வுப் பணியைத் தொடங்க வேண்டும். இவற்றுக்கெல்லாம் மிக அவசரமாகச் செய்யப்படவேண்டிய ஒரு பணி, ‘கள அருங்காட்சியகம்’ ஒன்றை உருவாக்குவது. அது உருவாக்கினால்தான் இங்கு கண்டறியப்பட்டுள்ள இந்தத் தொல்பொருள்கள் எல்லாம் பார்வைக்கும் பாதுகாப்புக்கும் வைக்கப்படும். மத்தியத் தொல்லியல் துறை, ‘கள அருங்காட்சியம்’ அமைக்கத் தயாராக இருக்கிறது. அதற்கு இரண்டுஏக்கர் நிலம் கொடுக்கவேண்டிய பொறுப்பு

மாநில அரசினுடையது. கடந்த இரண்டு ஆண்டுகளாக எவ்வளவோ முயற்சித்தும் இதுவரை நடக்கவில்லை.

இந்தக் கசப்பான உண்மையை சில நாள்களுக்கு முன் மதுரையில் நடந்த ஒரு கூட்டத்தில் நான் பேசினேன். கூட்டம் முடிந்ததும் என் அருகே வந்த ஓர் இளைஞர் "அய்யா... என் பெயர் கரு.முருகேசன். நான் தமிழ்ப் பேராசிரியராகப் பணியாற்றுகிறேன். தமிழ்தான் எனக்குச் சோறு போடுகிறது. அகழாய்வு நடக்கும் அதே கிராமத்தில் எனக்கு சொந்தமான நிலம் இருக்கிறது. நான் அதை மனமுவந்து தர முன்வருகிறேன். இந்த வரலாற்றுப் பொக்கிஷத்தை எப்படியாவது காப்பாற்றி, இங்கு காட்சிப்படுத்துங்கள்" என்று கண்கலங்கக் கூறினார்.

ஆட்சியதிகாரத்தில் இருப்பவர்களோ அல்லது இருந்தவர்களோ, யாரேனும் தமிழ் தங்களுக்கும் சோறு போட்டது என்று நம்பினால், செஞ்சோற்றுக் கடன் தீர்க்க முன்வாருங்கள்.

மைசூரை நோக்கி லாரிகள் புறப்பட இன்னும் சிலநாள்களே இருக்கின்றன.

– 'தமிழ் இந்து' நாளிதழில் வந்த கட்டுரை

15

கீழடி - புனைவும் அரசியலும்!

'**நா**கமுனி' என்றுதான் நான் அவனை அழைப்பேன். அவனது பெற்றோர் இட்டப்பெயர் என்னவென்று எனக்கு நினைவில்லை. அவனோடு மலைதோறும் அலைந்து திரிந்திருக்கிறேன். 'லட்சுமி' எனப் பெயர் வைத்திருந்த அவனது செல்லநாயோடு, அவனும் நானுமாக இரவும் பகலும் மலைகளில் கிடந்திருக்கிறோம்.

சிறு மரங்கள் நிறைந்த கரட்டுக் காட்டில் அடர்ந்த புதருக்குள் போவது எளிதான காரியமல்ல. படுத்துக்கொண்டே உள்நுழைந்து போக வேண்டும். உடலைத் துளியும் மேலே தூக்க முடியாது. மேலே விரிந்து கிடப்பது முழுவதும் முள்பந்தல். பாம்பைப்போலத்தான் ஊர்ந்துகொண்டே உள்ளே போக வேண்டும். ஒருமுறை புதர் ஒன்றுக்குள் நாகமுனி உள்ளே போனான். சுமார் 30 அடி தூரத்தைக் கடந்திருப்பான். உராய்ந்த நிலையில்

உள்ளே போய்க்கொண்டிருக்கும்போது சுருண்டுகிடந்த கருநாகம் ஒன்று அவனது முகத்துக்கு அருகில் படம் விரித்து எழுந்தது. ஊர்ந்து போகிறவனின் கைகள் இரண்டும் மண்ணோடு மண்ணாக மார்புக்கு அடியில்தான் இருக்கும். கையைத் தூக்க முடியாது. கத்த முடியாது. அசைய முடியாது. அதைவிட முக்கியம் அவனைப்போலவே ஊர்ந்து பின்னால் போய்க்கொண்டிருந்த லட்சுமி, பாம்பைப் பார்த்துவிட்டால் பாய்ந்து முன்னகரும். அந்தச் சத்தம் கேட்டாலே ஓர் அடி இடைவெளியில் இருக்கும் நாகமுனியின் முகத்தில் சீறி இறங்கும் கருநாகத்தின் படம்.

புதருக்கு வெளியில் உட்கார்ந்திருந்த எனக்கும் உள்ளுக்குள் நிகழ்ந்துகொண்டிருக்கும் இந்தப் பயங்கர நிகழ்வு எதுவும் தெரியாது. மிக நீண்ட நேரம் கழித்து, நாகமுனி வெளியே வந்தான். இடதுகண் கருவிழியில் முள் இறங்கியிருந்தது. வலியால் துடித்தபடி இருந்தான். அவனது கையில் இருந்த துண்டால் கண்ணை அப்படியே கட்டலாம் என்று நான் முயன்றபோது “வேண்டாம். அதில் விஷம் இருக்கலாம்” என்றான். எனக்கு அப்போது புரியவில்லை.

பெரும்பாடுபட்டு மலையிலிருந்து இறங்கி வந்து, மருத்துவமனையில் சேர்த்தோம். நீண்ட சிகிச்சைக்குப் பிறகு இடக்கண் கருவிழியின் வெள்ளைத் தழும்போடு, பார்வைக் குறைவோடு அவன் வீடு திரும்பினான்.

உள்ளே என்ன நடந்தது என அவன் சொன்னதை கேட்டபோது, ரத்தமே உறைந்துவிடுவதுபோல் இருந்தது. அசாத்தியமான துணிவோடு அடுத்த நிமிடத்தை எதிர்கொள்ளும் கதாநாயகர்களைத் தொடர்ந்து அறிமுகப்படுத்திக்கொண்டேதான் இருக்கிறது வாழ்க்கை. நமக்குத்தான் அவர்களோடு சேர்ந்து நடக்க வாய்ப்பதில்லை.

நாகமுனியின் காடு பற்றிய அறிவு கண்டு எண்ணற்ற முறை வியந்திருக்கிறேன். எண்ணிக்கைக்கு உட்பட்ட முறை உறைந்திருக்கிறேன். காட்டில் கிடக்கும் எந்த ஒரு காலடித் தடத்தையும் வைத்து அது என்ன விலங்கு என கணப்பொழுதில் சொல்லிவிடுவான். "நாய்த்தடம் விரிஞ்சதுபோல் இருக்கும், நரித்தடம் குத்துனாப்ல இருக்கும், காட்டுப் பூனையின் தடம் சிறுத்த தடம் மாதிரியே இருக்கும், கீரித்தடம், பெருச்சாளித்தடம் மாதிரி இருக்கும்" என்று சொல்லிக்கொண்டே போவான். காட்டில் அவனோடு இருக்கும் ஒவ்வொரு கனமும் கற்றுக்கொண்டே இருக்கலாம்.

காட்டைப் பற்றிய அவனது அவதானிப்பை தனியே தொகுத்து எழுத வேண்டும் என்ற எண்ணம் அவ்வப்போது ஏற்படுவதுண்டு. 'வண்ணச் சீரடி மண் மகள் அறிந்திலள்' என்ற கவிதையைப் படித்தபோது, 'அட..டா.. நாகமுனிக்கு வேலையில்லாமல் செய்துவிட்டானே இளங்கோ' என்று கேலியாகப் பேசிச் சிரித்துண்டு.

சங்க இலக்கிய வாசிப்பு தீவிரப்பட்ட காலத்தில் நமது பழங்கவிதைகள் எங்கும் எண்ணற்ற நாகமுனிகள் வெவ்வேறு பெயர்களில் கவிதை எழுதியிருப்பது கண்டு வியந்துபோயிருக்கிறேன்.

எவ்வளவு நுட்பமான அவதானிப்புகளோடு உயிரினங்களின் காலடித் தடங்களைப் பற்றி சங்கக் கவிதைகள் பதிவுசெய்துள்ளன. சங்க இலக்கியத்தில் மிக அதிகமாக இடம்பெறும் பறவை, மயிலாகத்தான் இருக்கும். 84 இடங்களில் மயிலைக் காண முடிகிறது. ஆனால், மயிலைப் பற்றியதோர் உவமை இருக்குமா எனத் தேடினால், மயிலின் காலடி எப்படி இருக்கும் என்று ஓர் உவமை சொல்லப்பட்டுள்ளது. "நொச்சி இலை, மயிலின் காலடிபோல் இருக்கிறது" என்று சொல்கிறான் கொல்லன் அழிசி என்கிற புலவன்.

என்னவொரு பொருத்தமான அழகு மிகுந்த உவமை. மயிலின் காலடி, முன்னோக்கி மூன்று விரல்களை உடையது. நொச்சி இலையை அச்செடுத்து செய்ததைப்போல அப்படியே இருக்கும். 'மயில் அடி இலையமாக்குரல் நொச்சி' என்பது உவமையல்ல, வார்த்தையால் செய்யப்பட்ட வார்ப்பு என்றே சொல்லலாம். இதே உவமையை பெயர் அறிய முடியாத நற்றினைப் புலவனும் கையாள்கிறான். (115-வது பாடலில்.)

விலங்கினங்களில் மிக அதிகமான முறை குறிப்பிடப்பட்டது மானாக இருக்கலாம். ஏறக்குறைய 93 இடங்களில் துள்ளிக்குதிக்கிறது மான். ஆனால், மானைப் பற்றிய உவமையைத் தேடினால் மானின் காலடி எப்படி இருக்கும் என உவமை சொல்கிறான் நம்பிகுட்டுவன் எனும் புலவன். அடப்பங்கொடியின் இலைகள் வட்டிலையாக இருக்கும் அது, மானின் காலடிக் குளம்பைப் போன்று உள்ளது என்கிறார் குறுந்தொகைப் பாடலில்.

புலியைப் பற்றி சங்கக் கவிதையில் எத்தனையோ உவமைகள், வர்ணனைகள் உண்டு. ஆனால், புலியின் விரல்கள் பிஞ்சு வாழைக்காயைப் போன்று இருக்கும் என்றும், புலியின் காலடி வாழைக்காயின் குலைபோல் இருக்கும் என்றும் குறிஞ்சிக்கலியில் கபிலர் கூறுவது சற்றே பதறவைக்கும் அழகு. அதேபோல யானையின் காலடியை 'பறையடி' என்றும், யானைக்குட்டியின் காலடியை 'துடியடி' என்றும் சொல்கிறது சங்க இலக்கியம்.

சங்க இலக்கியத்தில் விலங்குகளின் காலடிகள் பற்றி உவமைகளின் உச்சத்தைத் தொட்டுச் சென்றுள்ளனர் நமது கவி முன்னோடிகள். இவற்றையெல்லாம் கவிதைகள். சரி, சங்ககால விலங்கின் காலடி ஒன்று காணக்கிடைத்தால் எப்படி இருக்கும்?

சற்றே ஆச்சர்யத்தையும் ஆர்வத்தையும் தூண்டக்கூடிய கேள்விதான். ஆனால், இந்தக் கேள்விக்கான பதில் இப்போது நம் கையருகில் இருக்கிறது என்பது நம்ப முடியாத உண்மை.

சங்க காலத்தில் நிகழ்ந்த நிகழ்வு இது. மக்கள் கட்டடம் கட்ட மண் குழைத்து செங்கல் அறுக்கின்றனர். அறுத்த செங்கல்லை வெயிலில் காயவைக்கின்றனர். ஈரத்தோடு

இருக்கும் அந்தச் செங்கல்லில் மிதித்து பாய்ந்தோடுகிறது விலங்கு ஒன்று. அதன் ஒரு காலடித் தடம் அப்படியே அந்தச் செங்கல்லில் பதிகிறது. வெயிலில் காய்ந்த செங்கலை எடுத்து சூலையில் சுடுகின்றனர். பிறகு கட்டப்படும் கட்டடத்தில் ஏறி நிற்கும் எண்ணற்ற கல்லில் அதுவும் ஒன்றாக நிற்கிறது.

சுமார் 2,400 ஆண்டுகளுக்குப் பிறகு அமர்நாத் இராமகிருஷ்ணன் தலைமையிலான குழு கீழடியில் அகழாய்வை நடத்துகிறபோது, சங்ககாலத்தில் கட்டப்பட்ட செங்கல் கட்டடம் ஒன்றின் இடிந்த பகுதி கண்டறியப்படுகிறது. அந்தச் சுவரின் மேலே இருக்கும் செங்கல், ஈரத்தோடு அறுத்து காயவைத்தபோது விலங்கு ஒன்று மிதித்து ஓடிய செங்கல், அதன் காலடித் தடத்தை தாங்கியபடி அச்சுக் குலையாமல் அப்படியே இருக்கிறது.

பாய்ந்து ஓடிய அந்த விலங்கின் பாய்ச்சல் எத்தனை ஆயிரம் ஆண்டுகளைக் கடந்துள்ளது என்பதை நினைக்கையில் மெய்சிலிர்க்கிறது. இது என்ன விலங்கின் காலடித் தடம் என்பதை அதற்குறிய அறிஞர்களுக்கு அனுப்பி கண்டறிய வேண்டும் என்றனர் தொல்லியலாளர்கள்.

காலடித் தடங்களைப் பற்றிய நுட்பமான அவதானிப்புகளைக் கொண்ட சங்கப்புலவர்களை இன்று அழைத்து வர முடியாது. ஆனால், நாகமுனியை சங்ககாலத்து காலடியை நோக்கி அழைத்துச் செல்ல முடியும்.

ஒருநாள் மதியம் அவனை அழைத்துச் சென்றேன். பார்த்ததும் சொன்னான் “நாயின் காலடி” என்று. ஆனால், மிக உயரமான நாய். இதுபோன்ற நாய்கள் ஒன்றுசேர்ந்தால் புலியும் அஞ்சும். நாகமுனி வியந்து சொன்ன குறிப்புகள் அன்று முழுவதும் நீண்டது.

வெறும் 38 சென்டிமீட்டர் நீளம்கொண்ட ஒரு செங்கல்லில் பதிந்துள்ள காலடியைப் பார்த்ததும் பள்ளிப்படிப்பைத் தாண்டாத நாகமுனிக்கு அது எதனுடைய காலடி என்று சொல்ல முடிகிறது. ஆனால், 110 ஏக்கர் பரப்பளவில் புதைந்துகிடக்கும் ஒரு நாகரிகத்தின் காலடியை இரண்டு ஆண்டுகளாக, உணரவும் முடியாமல் அறியவும் முடியாமல் கிடக்கிற அரசுகளை என்னென்று சொல்லுவது?

ஒருவழியாக தமிழக அரசு கீழடியில் அருங்காட்சியம் அமைக்கத் தேவையான இரண்டு ஏக்கர் நிலத்தைத் தர முன்வருவதாக நீதிமன்றத்தில் தெரிவித்துள்ளது. ஆனால், மத்திய அருங்காட்சியகப் பிரிவு மௌனமாகப் பதுங்குவதைப் பார்க்க முடிகிறது.

இந்தியா எங்கும் 44 கள அருங்காட்சியகங்கள் மத்திய தொல்லியல் துறையின் கீழ் இருக்கின்றன. இதில் தமிழகத்தில் இருப்பதோ ஒரே ஓர் அருங்காட்சியகம் மட்டுமே. அதுவும் சென்னை கோட்டைக்குள் இருக்கிறது. கர்நாடகத்தில் ஆறு மத்திய கள அருங்காட்சியகங்களும், ஆந்திராவில் நான்கு அருங்காட்சியகங்களும் உள்ளன.

தமிழகத்திலிருந்து படியெடுக்கப்பட்ட பல்லாயிரம் கல்வெட்டுகள் மைசூரில்தான் இருக்கின்றன. அவற்றை நமது பல்கலைக்கழகங்களாலேயே அணுகவோ, ஆய்வுக்கு உட்படுத்தவோ இயலாத நிலைதான் இன்று வரை நீடிக்கிறது.

இந்த நிலையில்தான் கீழடி அகழாய்வில் கிடைத்த பொருள்களை இங்கே கள அருங்காட்சியம் அமைத்து காட்சிப்படுத்த வேண்டும் என்ற கோரிக்கை மேலெழுந்தது. இந்தக் கோரிக்கையை முன்வைத்து மத்திய அரசிடம் பெற்றுத் தரவேண்டிய பொறுப்பு மாநில அரசுக்குரியது. ஆனால், மக்களின் அரசு அந்தப் பொறுப்பையும் மக்களிடம் கொடுத்துவிட்டு இரண்டு ஆண்டுகள் காத்திருந்தது.

கீழடி போலவே 2014-ம் ஆண்டு அகழாய்வுப் பணி தொடக்கப்பட்ட இடம் குஜராத்தில் உள்ள வாட்நகர். (VAD NAGAR) இது மோடியின் சொந்த ஊர். அங்கு அடுத்த ஆண்டு அகழாய்வுப் பணி தொடர்வதற்கான அனுமதியை மத்திய அரசு ஒரு மாதத்துக்கு முன்பே வழங்கிவிட்டது. ஆனால், இந்தக் கட்டுரை எழுதப்படுவது வரை கீழடியில் அடுத்த ஆண்டு அகழாய்வுப் பணியைத் தொடர்வதற்கான அனுமதி வழங்கப்படவில்லை.

இதை வலியுறுத்தி முன்னெடுக்க குரலற்றுக்கிடக்கிறது தமிழகம். 110 ஏக்கர் பரப்பில் இரண்டாயிரம் ஆண்டு பழைமையானதொரு நகரம் கண்டெடுக்கப்பட்டுள்ளது என்பது சர்வதேச முக்கியத்துவம் வாய்ந்த நிகழ்வு. ஆனால், இதை தமிழகத்தின் முக்கியச் செய்தியாக மாற்றவே முடியாத நிலைதான் இன்று வரை நீடிக்கிறது.

சிந்துவெளிப் பண்பாட்டின் எச்சமாகக் கிடைத்துள்ள பெரும்துறைமுக நகரம் ‘தொழவீரா’. குஜராத், கட்ச் பகுதியில் 80 ஹெக்டர் பரப்பளவுகொண்ட இந்நகர் முழுமையும் பாதுகாத்து, திறந்தவெளி அருங்காட்சியகமாகப் பராமரித்துவருகிறது மத்திய அரசு. ஏறக்குறைய அதே போன்றதொரு திட்டத்தோடு அணுகப்படவேண்டிய இடம்தான் கீழடி.

மத்திய அகழாய்வு துறையினர் 2013-14-ம் ஆண்டு வைகைக்கரை கிராமங்களில் நடத்திய ஆய்வில் தொல்லியல் முக்கியத்துவம் வாய்ந்த 293 கிராமங்களை அடையாளம் கண்டனர். அவற்றில் ஒன்றாகத்தான் கீழடியைத் தேர்வுசெய்து பணியைத் தொடக்கினர்.

அவர்கள் கண்டறிந்த பிற இடங்களில் பெரும்பான்மை யானது இப்போதே ஆய்வுசெய்ய முடியாத நிலை ஏற்பட்டுவிட்டது. காரணம், அங்கெல்லாம் நிரந்தரக் கட்டடங்கள் கட்டப்பட்டுவிட்டன. கம்பம் நகரின் பக்கத்தில் உள்ள உத்தமபுரத்தில் 2005-ம் ஆண்டு ரோமானியக் காசுகள் எடுக்கப்பட்டன. அந்த இடம் முழுவதும் இப்போது வீடுகள் கட்டப்பட்டுவிட்டன. ஆண்டிப்பட்டி - வத்தலக்குண்டு சாலையில் உள்ள மூனாண்டிபட்டியில் கண்டறியப்பட்ட கல்படுகை, இப்போது இல்லை. எங்கே என விசாரித்தால்,

பாலம் கட்டுவதற்காகப் பயன்படுத்தியதாகச் சொல்கின்றனர். அதேபோல 'தொல்லியல் மேடு' என்று கருதப்படும் நரிக்குடிக்குப் பக்கத்தில் உள்ள அல்லி நகரத்தில், அந்த மேடு முழுக்க இப்போது பிளாட் போடப்பட்டுவிட்டது. இப்படி கண்ணுக்கு முன்னால் அழிவுகள் இறுதிப்படுத்தப்படுகிறது.

கீழடியின் மிக முக்கியமான சவாலே, இங்கு தொடர்ந்து நடத்தவேண்டிய அகழாய்வில்தான் இருக்கிறது. மத்திய, மாநில அரசுகள் தொடர்ந்து அகழாய்வு செய்தால், அடுத்த 20 வருடங்களுக்கு ஆய்வுசெய்ய முடியும். அதுவரை, அல்லது ஆய்வுகள் நடக்கும் காலம்வரை இந்த இடம் அதே தன்மையில் இருக்குமா என்பதுதான் கேள்வி.

இந்த இடம் தென்னந்தோப்பாக இருந்ததால்தான், கடந்த 40 ஆண்டுகளாக இங்கு எந்த ஒரு கட்டுமானமும் நிகழாமல், அடிமண் சேதப்படுத்தப்படாமல் இருந்தது. ஆனால், இனி நிலைமை எப்படி மாறும் எனத் தெரியாது.

பட்டுப்போன மரங்கள் அல்லது மரமற்ற இடைவெளிகளைப் பார்த்துப் பார்த்தே அகழாய்வை எத்தனை ஆண்டுகாலம் தொடர முடியும்? இதற்கிடையில் இந்தப் பகுதியில் புதிதாக உருவாகும் ஒரு செங்கல்சூளை எண்ணற்ற அடையாளங்களை அடியோடு அழித்து முடித்துவிடும்.

இந்த ஆண்டு அகழாய்வில் ஒரு தொழிற்சாலைப் பகுதி கண்டறியப்பட காரணம், சுமார் 150 அடி நீள அகலங்களைக்கொண்ட வெற்றிடம் கிடைத்ததுதான். பரந்துவிரிந்த இந்தத் தென்னந்தோப்புக்கு இடையில் அப்படியொரு வெற்றிடம் உருவாகக் காரணம் அந்த இடத்தில் உயரழுத்த மின்சாரக் கம்பிகள் மேலே போவதால் கீழே தென்னை நடாமல் விட்டுவைத்துள்ளனர். மின்சாரத்தால் கண்டறியப்பட்ட ஈராயிரம் ஆண்டுக்கு முந்தைய தொழிற்சாலை இது என்றுகூடச் சொல்லலாம்.

கீழடிக்கு இன்றைய அவசரத்தேவை இதுபோன்ற உயரழுத்தத்தை உருவாக்கக்கூடிய குரல்கள். வரலாற்று முக்கியத்துவம் வாய்ந்த இந்த இடம் சம்பந்தமாக மத்திய மாநில அரசுகளை ஒரு நிலை எடுக்கவைப்பது இன்றைய அவசியத்தேவை.

தமிழக அறிவுச் சமூகத்தின் கூட்டுக்குரல் உறுதிபட ஒலிக்கவேண்டிய நேரமிது. கீழடி நிலத்தைப் பாதுகாப்பது என்பது முதல் பெரும்பணி. ஒரு பெரும்நாகரிகத்தின் அடையாளங்களைத் தாங்கி நிற்கும் இந்தத் தொல்லியல் மேட்டைப் பாதுகாத்து எதிர்காலத் தலைமுறையிடம் ஒப்படைக்கவேண்டிய பொறுப்பு நம்மிடம் இருக்கிறது. அது சாதாரண செயல் அல்ல. பெரும் பொருளாதார லாபம் கிடைக்காத, அதே நேரத்தில் நிர்வாகரீதியில் சற்றே தலைவலியை உருவாக்கும் இந்தப் பணியை பொறுப்போடு செய்து முடிக்க ஓர் அரசியல் திறன் தேவைப்படுகிறது; அரசியல் மனஉறுதி தேவைப்படுகிறது. அதை உருவாக்க அனைத்து முனைகளிலும் இயங்கவேண்டிய தேவையுள்ளது.

இதுமட்டுமின்றி, அகழாய்வை விரிந்த அளவு மேற்கொள்ளவும், கள அருங்காட்சியம் அமைக்கவும் அனைத்து அரசியல் கட்சிகளும் வலியுறுத்திச் செய்து முடிக்கும் செயல்திட்டத்தை உருவாக்கவேண்டும்.

அடையாளங்களைப் பாதுகாப்பதற்கும் அழிப்பதற்கும் பின்னால் உள்ள அரசியல் பட்டவர்த்தனமாக வெளிப்படும் நாடாக இந்தியா மாற்றப்பட்டிருக்கிறது. அயோத்தியில்

ராமாயண அருங்காட்சியகம் அமைக்க 151 கோடி ரூபாய் ஒதுக்கப்பட்டுள்ளதாக, கடந்த வாரம் மத்திய கலாசாரத் துறை அமைச்சர் தெரிவிக்கிறார். அதற்காக மாநில அரசு 25 ஏக்கர் நிலம் ஒதுக்கிக் கொடுக்கிறது.

கீழடியில் இதுவரை கிடைத்துள்ள 5,300 பொருள்களில் ஒன்றுகூட மத அடையாளம் சார்ந்த பொருள்கள் இல்லை. பெருமதங்களின் ஆதிக்கம் உருவாகாத ஒரு காலக்கட்டத்தின் அபூர்வக் கண்டெடுப்புத்தான் கீழடி. அந்த அடையாளங்களைப் பாதுகாப்பது என்பது, தமிழ்ச் சமூகத்தின் அர்த்தமிக்க சாரத்தைப் பாதுகாப்பதாகும்.

அயோத்தியில் அருங்காட்சியகம் அமைக்க முயல்வதும், கீழடியில் அருங்காட்சியகம் அமைக்க தயங்குவதும் வெளிப்படையான அரசியல் நிலைபாடுகளே. இதில் நாம் என்ன நிலை எடுக்கப்போகிறோம் என்பதே கேள்வி.

ஒருமுறை வெளிப்பட்டுவிட்ட ஒன்றை முழுமையாக வென்றெடுப்பது மட்டுமே ஒரே வழி. விட்டுவைப்பது எதுவும் மிஞ்சாது.

- விகடன் தடம் இதழில் வந்த கட்டுரை

16

கிடப்பில் போடப்படுகிறதா கீழடி?

குஜராத்தில் உள்ள வாட்நகரில் (நரேந்திர மோடியின் சொந்த ஊர்) மத்திய தொல்லியல் துறையின்கீழ், 2017-ம் ஆண்டுக்கான அகழாய்வுப் பணியின் தொடக்க விழா, நவம்பர் 10-ம் தேதி நடைபெற்றது. இந்த விழாவில் குஜராத் மாநில முதலமைச்சரும் மத்திய கலாசாரத் துறை அமைச்சரும் பங்கெடுத்தனர்.

இதேபோன்று கடந்த ஆண்டு அகழாய்வுப் பணி நடைபெற்ற 'பிஞ்ஜௌர்' என்னும் இடம் ராஜஸ்தான் மாநிலத்தில் உள்ளது. அங்கும் 2017-ம் ஆண்டுக்கான அகழாய்வுப் பணியின் தொடக்க விழா, ஜனவரி 1-ம் தேதி நடந்து முடிந்துள்ளது. பீகாரில் உள்ள 'உரைன்' என்ற இடத்தில் அகழாய்வுப் பணி டிசம்பரில் தொடக்கப்பட்டுவிட்டது. ஆனால், கடந்த இரண்டு ஆண்டுகளாக நடந்துவந்த கீழடி அகழாய்வுப் பணியின் 2017-ம் ஆண்டுக்கான தொடக்கம்

இப்போதுவரை நடைபெறவில்லை. விசாரித்தால் அகழாய்வைத் தொடர்வதற்கான அனுமதியை மத்திய தொல்லியல் துறை மறுத்துள்ளது எனத் தெரியவருகிறது.

கீழடியோடு அகழாய்வுப் பணி தொடங்கப்பட்ட வட இந்திய பகுதியைச் சேர்ந்த பிற இடங்களுக்கு அனுமதி வழங்கிவிட்டு, தென்னிந்தியாவில் அகழாய்வு நடந்த ஒரே இடத்துக்கு அனுமதி மறுக்கப்படுவது எதனால்? புதியதாகவும் அதிக எண்ணிக்கையிலும் தொல்லியல் பொருள்கள் கிடைத்திருப்பது கீழடியில்தான். அதன் தொடர்ச்சியாக அகழாய்வை விரிவுபடுத்தும் முன்னுரிமை கீழடிக்குத்தான் வழங்கப்பட்டிருக்க வேண்டும். ஆனால், அவ்வாறு செய்யாததன் காரணம் என்ன? எந்தக் காரணத்தையும் வெளிப்படையாகச் சொல்லாமல், அதே நேரத்தில் அனுமதி கொடுக்காமல் கிடைப்பில் போடுகிற வேலையைச் செய்கிறது மத்திய தொல்லியல் துறை.

'தொழவீரா'வில் 13 ஆண்டுகள் அகழாய்வு செய்தவர்கள். நாகார்ஜுன கொண்டாவில் பத்து ஆண்டுகளும் அகிசித்ராவில் ஆறு ஆண்டுகளும் லோத்தலில் ஐந்து ஆண்டுகளும் அகழாய்வைச் செய்தவர்கள், கீழடியில் மட்டும் இரண்டே ஆண்டுகளில் அகழாய்வை முடிவுக்குக் கொண்டுவருவதன் நோக்கம் என்ன? மகாபாரதம், ராமாயணம் தொடர்பான பகுதிகளான சிருங்கவீர்பூர், அஸ்தினாபுரம் உள்ளிட்ட இடங்களில் எல்லாம் ஐந்து ஆண்டுகளுக்கும் மேலாக அகழாய்வுகள் நடந்துள்ளன.

அகழாய்வில் கிடைக்கும் கரிமூலப்பொருள்களின் மாதிரியை வேதிப்பொருள் ஆய்வகங்களுக்கு அனுப்பி, 'கார்பன்-14' பகுப்பாய்வு முறையில் ஆய்வுசெய்து, அந்தப் பொருளின் காலத்தை நிர்ணயிக்கின்றனர். அமெரிக்காவில் ஃபுளோரிடாவில் பீட்டா அனாலிசிஸ் ஆய்வு நிறுவனத்துக்கு இவை அனுப்பப்படுகின்றன.

அகழாய்வில் கண்டறியப்படும் பொருள்களில், எத்தனை பொருள்களின் மூலக்கூறு மாதிரிகளை கார்பன்-14 பகுப்பாய்வுக்கு அனுப்பவேண்டும் என்பதை மத்திய தொல்லியல் துறை முடிவுசெய்கிறது. காளிபங்கனில் நடத்தப்பட்ட அகழாய்வில் கிடைத்தவற்றுள் 28 பொருள்களின் மாதிரிகளை ஆய்வுக்கு அனுப்பிவைத்தனர். தொழவீராவிலிருந்து 20 பொருள்களின் மாதிரியும், கிரிசராவிலிருந்து 15 பொருள்களின் மாதிரியும் ஆய்வுக்கு அனுப்பிவைக்கப்பட்டன. ஆனால், கீழடியில் எடுக்கப்பட்ட மூலப்பொருள் மாதிரியில் இரண்டே இரண்டை மட்டும்தான் கார்பன்-14 பகுப்பாய்வுக்கு அனுப்ப தொல்லியல் துறை அனுமதி வழங்கியுள்ளது. குறைந்தபட்சம் பத்து மாதிரிகளையாவது அனுப்ப வேண்டும் என்பதே தொல்லியல் அறிஞர்களின் கருத்து.

இரும்புக் காலத்திலிருந்து வரலாற்றுக் காலம் வரை ஆதாரங்கள் தொடர்ச்சியாகக் கிடைத்துள்ள இடம் 'கீழடி'. இந்த ஆதாரங்களின் மாதிரிகள் கார்பன்-14 பகுப்பாய்வு செய்யப்படும்போதுதான் கால வளர்ச்சியைத் துல்லியமாக நிறுவ முடியும். அப்படி நிறுவப்படுவதை ஏற்கும் மனநிலையில் இருப்பவர்கள், கிடைத்தவற்றுள் அதிகமான மாதிரிகளை

ஆய்வுக்கு அனுப்ப முன்வருவார்கள். அவ்வாறு முன்வர மறுப்பதிலிருந்து அவர்களின் நோக்கம் வெளிப்படுகிறது.

அதுமட்டுமல்ல, இரண்டே ஆண்டுகளில் அகழாய்வை முடிப்பது என்பது, அந்த ஆய்வில் ஈடுபட்டுள்ள தொல்லியல் அறிஞர்களை எந்தவிதமான தெளிவான முடிவுக்கும் வரவிடாத நிலையைத் திட்டமிட்டே உருவாக்குவதாகும். 110 ஏக்கர் பரப்பளவு கொண்ட தொல்லியல் மேட்டில், வெறும் ஒரு சதவிகிதத்துக்கும் குறைவான இடத்தில் மட்டும் ஆய்வை நடத்தினால், எந்த ஒரு முடிவையும் நிறுவுதல் இயலாத காரியம். இந்த நெருக்கடிக்குள் ஆய்வாளர்களைத் தள்ளும் நோக்கம்தான் இந்தச் செயலின் பின்னணியா?

2005-ம் ஆண்டு அகழாய்வு செய்யப்பட்ட ஆதிச்சநல்லூரின் ஆய்வு முடிவுகள், இப்போது வரை வெளிவரவில்லை. ஆனால், அதே காலத்திலும் அதன் பிறகும் அகழாய்வு நடந்த ஆதம் (மத்தியப்பிரதேசம்), உதயகிரி (ஒடிசா) செக்-86 (ராஜஸ்தான்) ஆகிய இடங்களின் அகழாய்வு முடிவுகள் வெளிவந்துவிட்டன. கீழடியின் அகழாய்வுப் பணியை அரைகுறையாக முடிவுக்குக் கொண்டுவருதல்

என்பது, இந்த ஆய்வறிக்கையும் முடிக்க முடியாமல் கிடப்பில் போடவைக்கும் முயற்சியின் வெளிப்பாடா? இதுபோன்ற கேள்விகள் அடுக்கடுக்காக எழுகின்றன.

நான்கு ஆண்டுக்கு ஒருமுறை நடக்கும் இந்திய வரலாற்றுப் பேராயத்தின் மாநாடு, (2016 டிசம்பர் - 29, 30) திருவனந்தபுரத்தில் நடைபெற்றது. அதில் கீழடியின் கண்டுபிடிப்புகள் முன்மொழியப்பட்டுள்ளன. அந்த அமர்வுக்கு தலைமைவகித்த வரலாற்று அறிஞர் ரோமிலாதாப்பர் “தமிழகத்தில் கிடைத்துள்ள மிக முக்கியமான கண்டுபிடிப்புகள் இவை. இந்தக் கண்டுபிடிப்புகளின் மூலம் தமிழக வரலாற்றை மாற்றி அமைக்கவேண்டிய கட்டாயத்தில் நாம் இருக்கிறோம். அந்த ஆய்வு மேலும் தொடர வேண்டும்” என்று கூறியுள்ளார்.

இங்கு மாற்றம் தலைகீழாக நடந்துகொண்டிருக்கிறது. கடந்த ஆண்டு பொங்கல் திருவிழாவின்போது வாடிவாசலை இழுத்து மூட வழிசெய்தவர்கள், இந்த ஆண்டு அகழாய்வை இழுத்து மூட வழிசெய்துள்ளனர். ஒவ்வோர் ஆண்டும் பொங்கல் பரிசை நமக்குத் தந்துகொண்டே இருக்கின்றனர். நமக்குத்தான் திருப்பித்தர எதுவுமில்லை.

கடந்த மாதம் அயோத்தியில் ராமாயண அருங்காட்சியகம் அமைக்க 151 கோடி ரூபாய் ஒதுக்கியுள்ள மத்திய கலாசாரத் துறைதான், கீழடியில் கிடைத்துள்ள இரண்டு மாதிரிகளை மட்டும் கார்பன் பகுப்பாய்வுக்கு அனுப்பினால் போதும் என வெறும் ஒரு லட்சம் ரூபாயை ஒதுக்கியுள்ளது. இதற்குமேல் சொல்ல என்ன இருக்கிறது?

செய்யவேண்டியவை எல்லாம் இனிதான் இருக்கின்றன. தமிழகத்தின் ஆளும் கட்சியும் எதிர்க்கட்சிகளும் உடனடியாக இதுகுறித்து வினையாற்ற வேண்டும். சட்டமன்றத்திலும் நாடாளுமன்றத்திலும் மக்கள்மன்றத்திலும் கீழடிக்கான குரல் வலியுறுத்தப்பட வேண்டும். 110 ஏக்கர் பரப்பளவில், இரண்டாயிரம் ஆண்டு பழைமைவாய்ந்த ஒரு நகரம் கண்டுபிடிக்கப்பட்டது என்பது சர்வதேச முக்கியத்துவம் வாய்ந்த ஒரு நிகழ்வு. தோண்டி எடுக்கப்பட்டவற்றை, நம் கண்ணெதிரே மூடி மறைக்க முயலுகின்றனர்.

பெரும்மதங்களும் கடவுளர்களும் உருவாகாத ஒரு காலத்தில் மலர்ந்திருந்த நாகரிகத்தின் சான்றுதான் 'கீழடி'. அங்கு கிடைத்துள்ள 5,300 தொல்பொருள்களில் மத அடையாளம் சார்ந்த பொருள் எதுவுமில்லை. பெருமதங்களின் ஆதிக்கம் உருவாகாத ஒரு காலத்தில் வளர்ச்சிப் பெற்றிருந்த நாகரிகத்தின் எச்சங்கள் இவை. இங்கு அகழாய்வைத் தொடர்வதும், அந்த அடையாளங்களைப் பாதுகாப்பதும் தமிழ்ச் சமூகத்தின் அர்த்தம்மிக்க பண்பாட்டுச் சாரத்தைப் பாதுகாக்க எத்தனிப்பதாகும்.

ஆய்வில் கிடைக்கும் கண்டுபிடிப்புகளை வைத்து நிறுவவேண்டிய உண்மைகளையும் முன்னெடுக்கவேண்டிய விவாதங்களையும் தொல்லியல் அறிஞர்கள் செய்யட்டும். ஆனால், ஆய்வை நடத்தவிடாமல் செய்யும் அரசியலைச் சந்திக்கவேண்டியது அரசியல்களத்தில்தான்!

என்ன செய்யப்போகின்றன தமிழகத்தின் அரசியல் கட்சிகள்?

– 'தமிழ் இந்து' நாளிதழில் வந்த கட்டுரை

17

கீழடி - தமிழர் நாகரிக வரலாற்றின் உயிர் நாடி!

நேர்காணல்

"அகழாய்வு செய்வதற்கு, 'கீழடி' என்ற கிராமத்தை ஏன் தேர்வுசெய்தார்கள். அதன் பின்னணி என்ன?"

"மத்திய தொல்லியல் துறையினர், 2013-14ம் ஆண்டுகளில் வைகை நதிப் படுகையில் உருவான நாகரிகத்தைப் பற்றி ஆய்வுசெய்ய விரிவான ஒரு கள ஆய்வை நடத்தினர். வைகை நதி தொடங்கும் இடத்திலிருந்து அது கடலில் கலக்கும் இடம் வரை நதியின் இரண்டு பக்கங்களும் மூன்று கிலோமீட்டர் தொலைவு வரை உள்ள அனைத்து கிராமங்களையும் அவர்கள் தொல்லியல் ஆய்வு செய்தனர். அதில் சுமார் 293 கிராமங்கள் தொல்லியல் முக்கியத்துவம் வாய்ந்த கிராமங்களாக அந்தக் குழுவினரால் கண்டறியப்பட்டுள்ளன. அந்த 293 கிராமங்களில் வரலாற்று முக்கியத்துவம் வாய்ந்த தடயங்களும் தொல்லியல் எச்சங்களும் மிக அதிகமாக அடையாளம்

காணப்பட்ட கிராமம் 'கீழடி'. இது மதுரையிலிருந்து 15 கிலோமீட்டர் தூரத்தில், சிவகங்கை மாவட்ட எல்லையில் உள்ளது."

"தமிழகத்தில், தொல்லியல் ஆய்வுகள் தொடர்ந்து நடைபெற்றுவருகின்றன. அதற்கும் கீழடி ஆய்வுக்கும் உள்ள அடிப்படையான வேறுபாடு என்ன?"

"தமிழகத்தில் மாநில தொல்லியல் துறையின் சார்பில் பல்வேறு இடங்களில் அகழாய்வுகள் நடைபெற்றுவருகின்றன. ஆனால், அவற்றின் அளவு மிகச்சிறியது. மாநில அரசு, தொல்லியல் துறைக்கு ஒதுக்கும் நிதி மிகச் சொற்பமே!

கேரளாவில் அந்த மாநிலத் தொல்லியல் துறையின் சார்பில் 'பட்டணம்' எனும் இடத்தில் (சங்ககால முசிறி) தொடர்ந்து 15 ஆண்டுகள் அகழாய்வு நடக்கிறது. ஆனால், தமிழகத்தில் அப்படிப்பட்ட முயற்சிகள் நடப்பதாகத் தெரியவில்லை.

கீழடியில் அகழாய்வை மேற்கொள்வது மத்திய தொல்லியல் துறை. 1970-ம் ஆண்டுக்குப் பிறகு மத்திய தொல்லியல் துறை சார்பில் மிக விரிவாக நடைபெறும் அகழாய்வு இதுதான்."

"கீழடி கண்டுபிடிப்பின் தனித்துவம் என்ன?"

"சங்ககால தமிழகத்தில் ஒரு நகர நாகரிகம் இருந்ததற்கான தொல்லியல் ஆதாரங்கள் எதுவும் இதுவரை கண்டறியப்படவில்லை. ஒரு நகர நாகரிகம் இருந்ததற்கான முழுமையான அடையாளங்கள் கீழடியில்தான் முதன்முறையாகக் கண்டறியப்பட்டுள்ளன. சுமார் 2,000 ஆண்டுகளுக்கு முற்பட்ட, வளர்ச்சி பெற்ற முழுமையான ஒரு நகரம், இப்போது இங்கு கண்டறியப்பட்டுள்ளது. இந்தக் கண்டுபிடிப்பு தமிழக வரலாற்றுக் காலத்தை, புதிய மறுபரிசீலனையை நோக்கி நகர்த்துகிறது. அதுமட்டுமல்ல, தமிழகத்தின் இலக்கியத்துக்கும் வரலாற்றுக்கும் அறிவியல்பூர்வமான ஒளி பாய்ச்சும் இடமாக கீழடி இருக்கிறது.

இந்தியாவின் புகழ்பெற்ற வரலாற்றாளர்கள் பலரும் பழந்தமிழகத்தை ஓர் இனக்குழு சமூகமாகத்தான் வரையறுத்தார்கள். சிந்துவெளி நாகரிகத்தைப்போல, ஒரு நகர நாகரிகம் இங்கு இல்லை என்பது அவர்கள் கருத்தின் அடிப்படை. இலக்கிய வர்ணனைகளை மட்டும் வரலாற்று ஆதாரமாக எடுத்துக்கொள்ள முடியாது. எனவே, இலக்கியத்தைக் கடந்த ஆதாரங்கள் கண்டறியப்படாத

நிலையில் அவர்களது கருத்துக்கு உயிர் இருந்தது. ஆனால், இன்று கீழடியில் கண்டறியப்பட்டுள்ள தரவுகள் அந்தக் கருத்தியலை தகர்த்திருக்கின்றன. சங்க காலத்தில் நகர நாகரிகம் செழிப்புற்றிருந்ததை மெய்ப்பிக்கின்றன.

நான்கு ஆண்டுக்கு ஒருமுறை நடக்கும் இந்திய வரலாற்றுப் பேரவையின் (ஐ.சி.ஹெச்.ஆர்) மாநாடு இரு வாரங்களுக்கு முன் (2016 டிச.29,30 தேதிகளில்) திருவனந்தபுரத்தில் நடைபெற்றது. அதில் கீழடி கண்டுபிடிப்புகள் முன்மொழியப்பட்டுள்ளன. அந்த அமர்வுக்குத் தலைமைவகித்த வரலாற்று அறிஞர் பேராசிரியர் ரொமிலாதாப்பர், “தமிழகத்தில் கிடைத்துள்ள மிக முக்கியமான கண்டுபிடிப்புகள் இவை. இந்தக் கண்டுபிடிப்புகளின் மூலம் தமிழக வரலாற்றை மறு ஆய்வுக்கு உட்படுத்தவேண்டிய கட்டாயத்தில் நாம் இருக்கிறோம்” என்று கூறியுள்ளார்.

“கண்டறியப்பட்டுள்ள அந்த நகரத்துக்கு ‘கீழடி’ என்றுதான் பெயரா?”

“வரலாற்றில் இரண்டு உதாரணங்களைச் சொல்ல முடியும். ஒன்று, ஹோமர் எழுதிய இலக்கியத்தில் ‘டிராய்’ என்ற பெயர் இருப்பதன் அடிப்படையில் தொல்லியல் ஆய்வாளர்கள் அந்த நகரத்தை பூமியின் அடியில் ஆய்வுசெய்து கண்டுபிடித்தார்கள். மற்றொன்று, இந்தியாவில் ஹரப்பா - மொகஞ்சதாரோவைக் குறிப்பிடலாம். அங்கு கண்டறியப்பட்ட நகரத்துக்கு முன்பு என்ன பெயர் இருந்தது என யாருக்கும் தெரியாது. கண்டறியப்பட்ட இடத்தில் இருக்கும் கிராமங்களின் பெயர்தான் ஹரப்பா - மொகஞ்சதாரோ.

இப்போது கீழடியில் கண்டறியப்பட்டுள்ள நகரத்தின் பெயர் என்னவென்று தெரியாது. இப்போது இருக்கும் அந்தக் கிராமத்தின் பெயர் ‘கீழடி’ என்பதால், அந்தப் பெயரிலேயே அழைக்கிறோம். ஆனால், சங்ககால இலக்கியங்களில் உள்ள குறிப்புகளின் அடிப்படையில், இது பழைய மதுரையாக இருப்பதற்கான வாய்ப்புகள் அதிகம். ஏனென்றால், சங்க இலக்கியத்தில் மதுரை என்பது திருப்புவனத்துக்கு நேர் மேற்கிலும், திருப்பரங்குன்றத்துக்கு நேர் கிழக்கிலும் இருந்ததாகக் கூறப்பட்டுள்ளது. தற்போதைய மதுரையோ

திருப்பரங்குன்றத்துக்கு வடகிழக்கிலும் திருப்புவனத்துக்கு வடமேற்கிலும் இருக்கிறது.

ஆனால், கீழடி அகழாய்வில் கண்டறியப்பட்டுள்ள நகரமானது சங்க இலக்கியத்தில் வரும் நிலவியல் குறிப்பின்படி மிகத் துல்லியமான இடத்தில் அமைந்துள்ள நகரமாக இருக்கிறது. எனவே, இதுவே சங்ககால மதுரையாக இருக்கலாம் என ஆய்வாளர்கள் கருதுகின்றனர்."

"கீழடியில் கண்டுபிடிக்கப்பட்டது ஒரு நகர நாகரிகம் என்று எதன் அடிப்படையில் தொல்லியல் ஆய்வாளர்கள் சொல்கிறார்கள்?"

"ஒரு நகரத்தினுடைய முழுமையான கட்டமைப்பு அங்கு கண்டறியப்பட்டுள்ளது. வரிசை வரிசையாகக் கால்வாய்கள். அதன் முகப்பிலே பெரும் தொட்டிகள். அந்தத் தொட்டிக்குள் தண்ணீர் உள் செல்லவும் வெளிச் செல்லவுமான அமைப்புகள். அந்தக் கால்வாய்த் தடத்தையொட்டி சிறிதும் பெரிதுமான ஆறு உலைகள். கால்வாயின் ஆரம்பப் பகுதியில் வட்டக் கிணறுகள், மூடிய வடிகால்கள், திறந்த வடிகால்கள், சுடுமண் குழாய்களால் ஆன வடிகால்கள் என மூன்றுவிதமான வடிகால் அமைப்புகள்.

இவையெல்லாம் முதன்முறையாகக் கிடைத்துள்ளன. இவற்றை ஒப்பிடுவதற்கு தமிழ்நாட்டிலோ அல்லது தென்னிந்தியாவிலோ வேறு இடங்களே இல்லை.

மேலும் ஆப்கானிஸ்தான் பகுதியைச் சேர்ந்த சூது பவளத்தால் ஆன மணிகளும், ரோமாபுரியைச் சார்ந்த மண்பாண்டங்களும், வட இந்திய பிராகிருத பெயர்கள் தாங்கிய எழுத்துகளும் கிடைத்துள்ளன. பானை ஓடுகளில் இதுவரை 73 பிராமி எழுத்துகள் கண்டறியப்பட்டுள்ளன.

அதேபோல, ஒரு தொழிலகம் இருந்ததற்கான அடையாளங்களும் கண்டறியப்பட்டுள்ளன. நெசவுக்குரிய தக்கையில் தொடங்கி எண்ணற்ற தொழில்நுட்பக் கருவிகள் கண்டறியப்பட்டுள்ளன.

மொத்தத்தில், வணிகமும் பண்பாடும் ஊடறுத்துக் கிடக்கும் பெருநகரமாக இது இருந்துள்ளது. கீழடியில் கண்டறியப்பட்ட சுமார் 5,000-க்கும் மேற்பட்ட பொருள்களை முழுமையாகப் பட்டியலிட முடியாது என்றாலும், வணிகம்,

கலை, தொழில்நுட்பம், எழுத்தறிவு ஆகியவற்றின் சிறந்த சான்றுகளை நம்மால் அங்கே காண முடிகிறது.”

“இங்கு கள அருங்காட்சியகம் அமைக்க வேண்டும் என வலியுறுத்தி வந்தீர்களே, அது எந்த நிலையில் இருக்கிறது?”

“மத்திய தொல்லியல் துறையின் கீழ் இந்தியாவில் 44 கள அருங்காட்சியகங்கள் இருக்கின்றன. அதில் தமிழகத்தில் இருப்பது ஒன்றே ஒன்று மட்டும்தான். அது சென்னை கோட்டைக்குள் (தலைமைச் செயலகம்) இருக்கிறது. வேறு எங்கும் அருங்காட்சியகம் அமைக்கவில்லை. இந்நிலையில், கீழடியில் கண்டறியப்பட்ட பொருள்களை, கள அருங்காட்சியகம் அமைத்து, மக்களின் பார்வைக்கு வைக்க வேண்டும் என்று வலியுறுத்தினோம். இதன் தொடர்ச்சியாக சிலர் நீதிமன்றத்தையும் அணுகினர். கள அருங்காட்சியகம் அமைக்க நிலம் தரவேண்டியது மாநில அரசு. நமது கோரிக்கைகளை ஏற்று, அதற்கான நிலத்தை ஒதுக்கித் தர மாநில அரசு முன்வந்துள்ளது. அதை வரவேற்கிறோம்.”

“கீழடி அகழாய்வுப் பணிகளில் தற்போது ஏற்பட்டுள்ள பிரச்னை என்ன?”

‘‘கீழடியில் இரண்டு ஆண்டுகள் அகழாய்வு மேற்கொள்ளப்பட்டுள்ள நிலையில், 2017-ம் ஆண்டுக்கான அனுமதியை மத்திய அரசு நிறுத்திவைத்துள்ளது. இதற்கான

எந்தக் காரணத்தையும் அரசு தெரிவிக்கவில்லை. குஜராத்தில் உள்ள ‘தொழவீரா’வில் 13 ஆண்டுகள் அகழாய்வு செய்தவர்கள், ஆந்திராவில் உள்ள நாகார்ஜுன கொண்டாவில் 10 ஆண்டுகள் அகழாய்வு செய்தவர்கள், அகிசித்ராவில் 6 ஆண்டுகளும், குஜராத்தில் உள்ள லோத்தலில் 5 ஆண்டுகளும் அகழாய்வு செய்தவர்கள், கீழடி ஆராய்ச்சியை மட்டும் இரண்டே ஆண்டுகளில் முடிவுக்குக் கொண்டுவருவதின் பின்னணி என்ன என்பதுதான் நமது கேள்வி.

கீழடியில் இருக்கும் தொல்லியல்மேடு 110 ஏக்கர். இதில் கடந்த இரண்டு ஆண்டுகளாக அகழாய்வு நடந்துள்ள பரப்பளவு, வெறும் 50 சென்ட் மட்டும்தான். அதாவது ஒரு சதவிகித நிலப்பரப்பைக்கூட ஆய்வுக்கு உட்படுத்தப்படவில்லை. இந்நிலையில்தான், அதை நிறுத்திவைப்பது என்ற முடிவை மத்திய அரசு எடுத்துள்ளது.

அகழாய்வில் கிடைக்கும் கரிமூலப் பொருள்களின் மாதிரியை வேதிப்பொருள் ஆய்வகங்களுக்கு அனுப்பி ‘கார்பன் - 14’ பகுப்பாய்வு எனும் முறையில் ஆய்வுசெய்து, அந்தப் பொருளின் காலத்தை நிர்ணயிக்கின்றனர். அமெரிக்காவின் ஃப்ளோரிடாவில் உள்ள பீட்டா அனாலிசிஸ் ஆய்வு நிறுவனத்துக்கு இவை அனுப்பப்படுகின்றன.

அகழாய்வில் கண்டறியப்பட்ட பொருள்களில் எத்தனை பொருள்களின் மூலக்கூறு மாதிரிகளை கார்பன்-14 பகுப்பாய்வுக்கு அனுப்ப வேண்டும் என்பதை மத்திய தொல்லியல் துறை முடிவுசெய்கிறது.

ராஜஸ்தானில் உள்ள காளிபங்கனில் நடத்தப்பட்ட அகழாய்வில் 28 பொருள்களின் மாதிரியை ஆய்வுக்கு அனுப்பிவைத்துள்ளனர். தொழவீராவிலிருந்து 20 பொருள்களின் மாதிரியை ஆய்வுக்கு அனுப்பிவைத்துள்ளனர். கிரிசராவிலிருந்து 15 பொருள்கள் அனுப்பப்பட்டுள்ளன. ஆனால், கீழடியில் கண்டறியப்பட்ட மூலப்பொருள்களின் மாதிரியில் இரண்டே இரண்டை மட்டும்தான் கார்பன் - 14 பகுப்பாய்வுக்கு அனுப்ப மத்திய தொல்லியல் துறை அனுமதி வழங்கியுள்ளது. குறைந்தபட்சம் 10 பொருள்களின் மாதிரியையாவது ஆய்வுக்கு அனுப்பவேண்டும் என்பது தொல்லியலாளர்களின் கருத்து.

இரும்புக் காலம் தொடங்கி, வரலாற்றுக் காலம் வரை தொடர்ச்சியான ஆதாரங்கள் கிடைக்கும் இடம் கீழடி. எனவே இந்த ஆதாரங்களை அறிவியல் பூர்வமாக நிறுவ இந்த ஆய்வு மிக முக்கியமானது.

கீழடியில் அகழாய்வை தொடர அனுமதி மறுப்பதும் அகழாய்வில் கண்டறியப்பட்ட பொருள்களை ஆய்வுக்கு அனுப்ப மறுப்பதுமான செயல் மத்திய தொல்லியல் துறையின் அப்பட்டமான பாரபட்சமே.”

“இந்தப் பிரச்னையில் தமிழக எதிர்க்கட்சி தலைவர் மு.க.ஸ்டாலின், மத்திய கலாசாரத் துறை அமைச்சருக்குக் கடிதம் எழுதி, அதற்கு அவர் பதில் அனுப்பியுள்ளார். இதுபற்றி என்ன கருதுகிறீர்கள்?”

“எதிர்க்கட்சித் தலைவர் கடிதம் எழுதியது வரவேற்கத் தக்கது. அவரது கடிதத்துக்கு மத்திய கலாசாரத் துறை அமைச்சர் ‘கீழடி அகழாய்வு பற்றி அறிக்கை கேட்டுள்ளோம். அறிக்கை வந்த பிறகு, அகழாய்வைத் தொடர்வது பற்றி முடிவுசெய்வோம்’ என்று பதில் அளித்துள்ளார். இதே பதிலைத்தான் தொல்லியல் துறையின் தலைமை இயக்குநரும் பிற ஊடகங்களில் தெரிவித்துள்ளார். இந்தப் பதிலின் மூலம்தான் இவர்களின் உண்மை முகம் வெளிவரத் தொடங்கியுள்ளது.

கீழடியோடு அகழாய்வு தொடக்கப்பட்ட இடங்கள் வாட் நகர் மற்றும் பிஞ்ஜோர். வாட்நகர், பிரதமர் மோடியின் சொந்த ஊர். குஜராத்தில் உள்ளது. பிஞ்ஜோர், ராஜஸ்தானில் உள்ளது.

இந்த இரண்டு இடங்களிலும் கடந்த இரண்டு ஆண்டுகளாக அகழாய்வு நடந்து முடிந்துள்ளது. 2017-ம் ஆண்டுக்கான தொடக்க நிகழ்ச்சி வாட் நகரில் கடந்த நவம்பர் 7-ம் தேதியே கொண்டாடப்பட்டுவிட்டது. பிஞ்ஜோரில் ஜனவரி 1-ம் தேதி தொடக்க விழா நடந்துள்ளது. இங்கெல்லாம் இவர்கள் அறிக்கையைப் பெற்றுத்தான் அடுத்த ஆண்டுக்கான அனுமதியை வழங்கினார்களா என்பதைத் தெளிவுபடுத்த வேண்டும்.

2005-ம் ஆண்டு நடந்து முடிந்த ஆதிச்சநல்லூர் (திருநெல்வேலி மாவட்டம்) அகழாய்வு முடிவுகள் மற்றும்

அறிக்கை, தற்போது வரை வெளிவரவில்லை. அந்த அறிக்கையைப் பெற்று வெளியிட வேண்டும் என்று தமிழகத்தைச் சேர்ந்த அறிஞர்கள் வலியுறுத்திவருகின்றனர். அகழாய்வு முடிந்து பத்து ஆண்டுகளுக்குப் பிறகும் அறிக்கையை வெளியிட முயலாத தொல்லியல் துறை, அகழாய்வு நடந்துகொண்டிருக்கும் இடத்தில் அறிக்கையைக் கேட்டு அகழாய்வை நிறுத்துகிறது. இவை இரண்டுக்கும் இருப்பது ஒற்றை நோக்கம்தான்.”

“கீழடி அகழாய்வு தொடர, இப்போது என்ன செய்ய வேண்டும்?”

‘‘கீழடியின் முக்கியத்துவம் அனைத்து வகையிலும் உணரப்பட வேண்டும். அடையாளங்களை அழிப்பதையும் மறைப்பதையும் வெளிப்படையாகச் செய்யும் இந்துத்துவா அரசியலின் பார்வையில் இப்போது கீழடி சிக்கிக்கொண்டிருக்கிறது. இங்கு கிடைத்துள்ள 5,000-க்கும் மேற்பட்ட பொருள்களில் மத அடையாளம் சார்ந்த பொருள்கள் என்று எதையும் சொல்ல முடியாது. பெருமதங்கள் உருவாவதற்கு முன்பே சிறந்து விளங்கிய ஒரு நாகரிகத்தின் அடையாளம்தான் கீழடி.

மொழியியல் அறிஞர் கால்டுவெல், தமிழ் மொழியின் சிறப்பைப் பற்றிக் கூறுகிறபோது, “இது ஒரு சமயச்சார்பற்ற மொழி” என்று மதிப்பீடு செய்தார். இந்த மதிப்பீட்டுக்கும் கீழடி நாகரிகத்துக்கும் இருக்கும் ஒற்றுமையை நம்மால் புரிந்துகொள்ள முடிகிறது.

தேசிய இனங்களின் தனித்துவமான பண்பாட்டின் மீதும் வரலாற்றின் மீதும் ஒரு கொடுந்தாக்குதல் அரங்கேறிக்கொண்டிருக்கும் இந்தக் காலத்தில் கீழடியில் கிடைத்துள்ள நாகரிகத்தின் எச்சங்களைப் பாதுகாப்பதும் அங்கு அகழாய்வை முன்னெடுப்பதும் தமிழ்ச் சமூகத்தின் அர்த்தமிக்க வாழ்வியல் வரலாற்றுச் சாரத்தைப் பாதுகாக்கும் நடவடிக்கையாகும்.

இங்கு கிடைத்துள்ளவற்றைப் பற்றிய கருத்துகளையும் விவாதங்களையும் தொல்லியல் அறிஞர்கள் முன்னெடுக்கட்டும். ஆனால், அகழாய்வை அனுமதிக்க

மாட்டோம் என்ற முடிவு அரசியல்ரீதியானது. அதை அரசியல் களத்தில்தான் சந்தித்தாக வேண்டும். தமிழகத்தின் அரசியல் கட்சிகள் இதுகுறித்து தீவிர வினையாற்றவேண்டும்.

மார்க்சிஸ்ட் கம்யூனிஸ்ட் கட்சியின் மாநிலச் செயலாளர் ஜி.ராமகிருஷ்ணன், 'மத்திய அரசின் வஞ்சனையைக் கண்டித்தும், தமிழ்ச் சமூகத்தின் நாகரிக வரலாற்றை முழுமையாக வெளிக்கொண்டு வரும்விதமாக கீழடி அகழாய்வை முழுமையாகத் தொடர வேண்டும்' என்றும் சமீபத்திய அறிக்கையில் வலியுறுத்தியிருக்கிறார் என்பது குறிப்பிடத்தக்கது."

"இது பற்றி த.மு.எ.க.ச எடுத்துள்ள முயற்சிகள் பற்றி..."

"இல்லாத சரஸ்வதி நதியைக் கண்டறிய கோடிக்கணக்கில் செலவிட்டுக்கொண்டிருக்கும் மத்திய அரசு, விஞ்ஞான பூர்வமான ஆய்வின் அடிப்படையில் கண்டறியப்பட்ட கீழடியில் ஆய்வைத் தொடர அனுமதி மறுக்கிறது.

அயோத்தியில் ராமாயண அருங்காட்சியகம் அமைக்க 151 கோடி ரூபாயை ஒதுக்கியுள்ள இந்த அரசுதான், கீழடியில் கண்டறியப்பட்ட பொருள்களை காலப் பகுப்பாய்வுக்கு அனுப்ப வெறும் 1 லட்சம் ரூபாயை ஒதுக்கியுள்ளது.

இந்த அப்பட்டமான வரலாற்றுத் துரோகத்துக்கு எதிராக தமிழகத்தின் அரசியல் கட்சிகளும் அறிவுத் துறையினரும் ஊடகவியலாளர்களும் ஒன்றுதிரள வேண்டும்.

இந்த விஷயத்தில் மாநில அரசு வலிமைமிக்க தலையீடு செய்ய வேண்டும் என்றும், தமிழக எம்.பி-க்கள் நாடாளுமன்றத்தில் ஒருமித்த குரல் எழுப்ப வேண்டும் என்றும் கேட்டுக்கொள்கிறோம்.

கீழடியின் மேல் விழும் அடி, நமது பண்பாட்டின் மீதும் வரலாற்றின் மீதும் ஜனநாயக மரபுகளின் மீதும் விழும் அடி. அதை எதிர்கொள்ள அனைவரையும் அழைக்கிறோம்."

நேர்காணல்: எஸ்.பி.ராஜேந்திரன்

– 'தீக்கதிர்' நாளிதழில் நேர்காணல்

18

கீழடி - மூன்றாம்கட்ட ஆய்வும் முடித்துவைக்கும் ஏற்பாடும்!

நேர்காணல்

"கீழடியில் மூன்றாம்கட்ட அகழாய்வின் முடிவுகளை அதன் பொறுப்பாளர் பு.சு.ஸ்ரீராமன் வெளியிட்டுள்ளார். இது சம்பந்தமான தங்களின் கருத்து என்ன?"

''மூன்றாம்கட்ட அகழாய்வு தொடங்கப்பட்டவுடன் கீழடி அகழாய்வு மையம், ராணுவ முகாம்போல மாற்றப்பட்டது. அங்கு என்ன நடக்கிறது என்று எந்தவிதமான தகவலும் ஊடகத்துக்கும் பார்வையாளருக்கும் எந்தக் கட்டத்திலும் வெளியிடப்படவில்லை. ஒளிப்பதிவு கருவிகள் எதுவும் அகழாய்வுக் குழிகளை நெருங்காமல் அதன் பொறுப்பாளர் ஸ்ரீராமன் பார்த்துக்கொண்டார். இந்தப் பணியில் ஈடுபட்டுள்ள கடைநிலை ஊழியர்கூட பார்வையாளர்களிடம் பேச அவர் அனுமதிக்கவில்லை. சரி, என்னதான் நடக்கிறது பார்ப்போம் என்றுதான் நாங்களும் காத்திருந்தோம். இப்போது முழு உண்மையும் வெளிவந்துவிட்டது.

இந்த ஆண்டின் ஆய்வு முடிவுகளை அவர் வெளியிட்டுள்ளார். என்ன நோக்கத்துக்காக அமர்நாத் இராமகிருஷ்ணன் மாற்றப்பட்டு இவர் அந்தப் பணிக்கு அமர்த்தப்பட்டாரோ, அந்த நோக்கத்தை தெளிவாக நிறைவேற்றியுள்ளார். 'இந்த இடத்தில் (கீழடியில்) கட்டடங்கள் தொடர்ச்சியாகவோ அல்லது பரவலாகவோ கட்டப்பெறவில்லை என்று தெரியவருகிறது' என்ற முடிவை அறிவித்துள்ளார். மத்திய ஆட்சியாளர்கள் எதிர்பார்த்ததுபோல கீழடி அகழாய்வை இழுத்து மூடவேண்டிய வாசகத்தை ஸ்ரீராமன் எழுதி முடித்துள்ளார். அவரை கொண்டுவந்ததன் நோக்கம் நிறைவடைந்தது. "

"இந்த ஆண்டு நடந்த ஆய்வைப் பற்றிய உங்களின் கருத்து என்ன?"

"மூன்றாம் ஆண்டு அகழாய்வுக்கு அனுமதி மறுப்பு, ஆய்வின் தலைவர் அமர்நாத் இராமகிருஷ்ணன் இடமாற்றம், ஸ்ரீராமன் நியமனம், ஆய்வை தொடங்கிவைக்க வந்த மத்திய அமைச்சர்களின் பேச்சு எல்லாமே பட்டவர்த்தனமான அரசியலாக அமைந்ததை நாம் பார்த்தோம்.

இதன் தொடர்ச்சியாகத்தான் இந்த ஆண்டு ஆய்வின் செயல்பாடு அமைந்துள்ளது என்பதையே ஸ்ரீராமன் வெளியிட்டுள்ள அறிக்கையிலிருந்து அறிய முடிகிறது. இந்த ஆண்டு அகழாய்வு பணி நடந்த தன்மையை எடுத்துக்கொள்வோம். கடந்த இரண்டு ஆண்டுகளில் 2,500 சதுரமீட்டர் பரப்பளவில் அகழாய்வு நடந்தது. ஆனால், இந்த ஆண்டு ஆய்வு நடத்தப்பட்டது என்னவோ வெறும் 400 சதுரமீட்டர் பரப்பளவு மட்டுமே.

இதற்கு ஸ்ரீராமன் சொல்லும் காரணம், ஆய்வு தொடங்கியதே ஐந்து மாத தாமதத்தில்தான் என்பது. முதலாம் ஆண்டு ஆய்வு மூன்று மாத தாமதத்தில்தான் தொடங்கியது (மார்ச் 2015). ஆனால், அப்படியிருந்தும் அமர்நாத் இராமகிருஷ்ணனால் 43 அகழாய்வுக் குழிகளைத் தோண்ட முடிந்தது. ஆனால், ஐந்து மாத தாமதத்தில் தொடங்கிய ஸ்ரீராமன் வெறும் 10 குழிகளை மட்டுமே தோண்டியுள்ளார்.

இங்குதான் நாம் முக்கியமாக கவனிக்கவேண்டிய செய்தியே உள்ளது. கடந்த ஆண்டு அகழாய்வுப் பணியில் ஈடுபடுத்தப்பட்ட தொழிலாளர்களின் எண்ணிக்கை, சராசரியாக 80-க்கும் மேல் இருந்தது. ஆனால், இந்த ஆண்டு அந்த எண்ணிக்கை 25-க்கு மேல் இல்லை. எந்த ஒரு நாளும் 80-க்கும் மேற்பட்டோர் பணியில் அமர்த்தப்படவில்லை. இது தற்செயல் அல்ல; இதுதான் அவர்களின் நோக்கமே!

இதில் மிக முக்கியமான விஷயம் என்னவென்றால், இந்த ஆண்டுக்கான அனுமதி வழங்கப்பட்ட பிறகும் நிதி ஒதுக்காமல் இருந்ததால், நாடாளுமன்றத்தில் தமிழக உறுப்பினர்கள் குரல்கொடுத்ததன் விளைவாக மிக அதிக நிதி இந்த ஆண்டுதான் ஒதுக்கப்பட்டுள்ளது. 25 லட்சம் நிதி ஒதுக்கப்பட்ட 2015-ம் ஆண்டில், 43 குழிகள் தோண்டப்பட்டுள்ளன. ஆனால், 40 லட்சம் ஒதுக்கப்பட்டுள்ள இந்த ஆண்டு 10 குழிகள் மட்டுமே தோண்டப்பட்டுள்ளன."

"மழையின் குறுக்கீடு, அகழாய்வுக்கு இடையூறாக இருந்ததாக ஸ்ரீராமன் தெரிவித்துள்ளாரே?"

"இதைவிட அபத்தமான ஒரு காரணத்தை யாரும் சொல்லிவிட முடியாது. அமர்நாத் ஆய்வு மேற்கொண்ட இரண்டு ஆண்டுகளும் கீழடியில் மழையே பெய்யவில்லையா? இதே செப்டம்பர் மாதத்தில்தானே அவரும் ஆய்வை முடித்தார். இந்த ஆண்டு மட்டும் மழையை எப்படி காரணம் சொல்ல முடியும்? முதலில் கூறியதைப்போல உரிய பணியாளர்களை வேலைக்கு அமர்த்தாமல் திட்டமிட்டே வேலையை மந்தப்படுத்தும் செயல், முதல் நாளிலிருந்தே நடைமுறையானதை கீழடியில் உள்ள அனைவரும் அறிவர்.

இதில் மிகுந்த கவலைக்குரிய விஷயம் என்னவென்றால், இந்த ஆண்டு அகழாய்வு செய்யப்பட்ட ஒரு குழிகூட இயற்கை மண் படிவம் (கன்னி மண் - *Virgin soil*) வரை தோண்டப்படவில்லை. அதாவது எந்த ஓர் அகழாய்வு குழியும் முழுமையடையவில்லை என்பது இதன் மூலம் அறிய முடிகிறது.

ஒரு குழியைக்கூட முழுமையாகத் தோண்டாமல்தான் பல முடிவுகளை ஸ்ரீராமன் அறிவித்துள்ளார்.

கடந்த ஆண்டுகளில் இயற்கை மண் அடுக்குகளுக்குக் கீழே மணல் அடுக்குகளும் கண்டறியப்பட்டன. இதன் அடிப்படையில்தான் 'வைகை நதி முதலில் இந்தப் பகுதியில் ஓடியுள்ளது. பிறகு, நதியின் போக்கு மாறியவுடன் வளமிக்க வண்டல் மண் படிவம் தோன்றியுள்ளது. அந்த வளமிக்க மண்ணின் பரப்பில்தான் இந்த நகரம் உருவாகியுள்ளது' என்று ஆய்வாளர்கள் கூறினர்."

"இந்த ஆண்டு ஆய்வில் சேகரிக்கப்பட்ட கரித்துகள் மாதிரிகளை கரிம பகுப்பாய்வுக்கு உட்படுத்தி கால நிர்ணயம் செய்யப்படும் என்று ஸ்ரீராமன் கூறியுள்ளது பற்றி தங்களின் கருத்து என்ன?"

''ஒரு குழிகூட இயற்கை மண் படிவம் வரை தோண்டப்படவில்லை என்பதை அவரே தெரிவித்துள்ளார். அப்படியென்றால், 'இவர் அகழாய்வுக் குழியின் எந்த நிலையில் எடுக்கப்பட்ட கரிமத்துகளை மாதிரிக்கு அனுப்பப்போகிறார்?' என்ற கேள்வி எழுகிறது.

குழியின் மேற்புரத்தில் இருக்கும் மாதிரிகளை அனுப்பி, கால நிர்ணயத்தை மிக அருகில் கொண்டுவருவதற்கான வாய்ப்பும் இதில் உள்ளதாகவே நான் கருதுகிறேன்.

கடந்த ஆண்டு அமர்நாத் இராமகிருஷ்ணன் குழு, 20 மாதிரிகளைச் சேகரித்து ஆய்வுக்கு அனுப்ப மத்திய

அரசிடம் அனுமதி கோரியது. ஆனால், மத்திய அரசு கொடுத்ததோ, இரண்டு மாதிரிகளை ஆய்வு செய்வதற்கான அனுமதிதான். மீதமுள்ள 18 மாதிரிகள் இன்னும் ஆய்வு செய்யப்படாமல் இருக்கின்றன.

அவற்றை ஆய்வுக்கு உட்படுத்தாமல் இந்த ஆண்டு ஸ்ரீராமன் குழு சேகரித்துள்ள மாதிரிகளை ஆய்வுக்கு அனுப்பக் கூடாது. தவறான கால நிர்ணயத்தை உருவாக்குவதற்கான வாய்ப்பை அனுமதிக்க முடியாது.”

“கடந்த ஆண்டு கண்டறியப்பட்ட கட்டுமானங்களின் தொடர்ச்சியோ அல்லது அதனுடன் தொடர்புடைய எந்தவித கூறுகளோ இந்த ஆண்டு ஆய்வுசெய்த குழிகளில் கிடைக்கவில்லை. எனவே, இந்த இடத்தில் கட்டடங்கள் தொடர்ச்சியாகவோ அல்லது பரவலாகவோ கட்டப்பெறவில்லை என்று ஸ்ரீராமன் தெரிவித்துள்ளாரே?”

“இவர்களின் நோக்கம் முழுமையாக வெளிப்பட்டு நிற்கும் இடம் இதுதான். கடந்த ஆண்டு, மிக விரிந்த கட்டுமான அமைப்பு கண்டறியப்பட்டது. அது குடியிருப்பல்ல, தொழிற்கூடம். ஈனுலைகள், மூன்றுவிதமான வடிகால்கள். சதுரவடிவத் தொட்டிகள், வட்டவடிவத் தொட்டிகள் எனப் பலவும் இருந்ததைப் பார்த்தோம். அந்தக் கட்டுமானத்தின் தொடர்ச்சி தென்திசை நோக்கி பூமிக்குள் போயிருந்தது.

அதன் தொடர்ச்சியைக் கண்டறிய வேண்டுமென்றால், தென் திசையில் குழி அமைத்திருக்க வேண்டும். ஆனால், தென் திசையில் ஒரு குழிகூட அமைக்கப்படவில்லை. அதுக்கு நேர்எதிராக வடதிசையில்தான் இந்த ஆண்டின் அனைத்து குழிகளும் தோண்டப்பட்டுள்ளன.

கடந்த ஆண்டு கண்டுபிடிக்கப்பட்ட கட்டுமானத்தின் பிற மூன்று பகுதிகளில் தோண்டாமல், கட்டுமானப் பகுதியின் தொடர்ச்சியிருக்கும் தென் திசையில் தோண்டாமல், கட்டுமானப் பகுதியின் தொடர்ச்சியில்லாத பகுதியில் மட்டும் தோண்டியது ஏன் என்பதுதான் முக்கியமான கேள்வி.

அதுமட்டுமல்ல, முதலாம் ஆண்டு ஆய்வில் மூன்று இடங்களில் தோண்டப்பட்டன. இரண்டாம் ஆண்டு ஆய்வில் ஆறு இடங்களில் தோண்டப்பட்டன. ஆனால்,

இந்த இரு ஆண்டுகளிலும் கிடைத்த நிதியைவிட இந்த ஆண்டு அதிக நிதி ஒதுக்கப்பட்டும் ஒரே ஓர் இடத்தில் மட்டும் தோண்டப்பட்டது ஏன்?

100 ஏக்கர் பரப்பளவுகொண்ட அந்த மேட்டில், எவ்வளவோ இடங்கள் இருந்தும் இவர்கள் தோண்டவில்லை. கட்டடத்தின் தொடர்ச்சியற்ற அந்தக் குறிப்பிட்ட இடத்தில் மட்டுமே தோண்டியுள்ளனர். அங்கும் முழுமையாக இயற்கை மண் படிவம் வரை தோண்டவில்லை.

அப்படியிருக்க, 'இந்த இடத்தில் கட்டடங்கள் தொடர்ச்சியாகவோ அல்லது பரவலாகவோ கட்டப் பெறவில்லை' என ஆய்வாளர் ஸ்ரீராமன் தெரிவித்திருப்பது, என்ன நோக்கத்துக்காக இவர் நியமிக்கப்பட்டாரோ அந்த நோக்கத்தை அவர் முழுமையாக நிறைவேற்றியுள்ளார் என்பதைத் தெளிவாகக் காட்டுகிறது."

"அருங்காட்சியம் அமைத்தல், கட்டுமானங்களை பொதுப்பார்வைக்குக் கொண்டுவருதல் ஆகிய பணிகள், நீதிமன்ற அறிவுறுத்தலின்படி மேற்கொள்ளப்படும் என்று கூறியுள்ளாரே?"

"கள அருங்காட்சியகம் அமைக்க, இரண்டு ஏக்கர் நிலம் மே மாதமே மாவட்ட நிர்வாகத்தால் தரப்பட்டுவிட்டது. ஆனால், அதை ஏற்றுக்கொண்ட நிர்வாக நடவடிக்கையைக்கூட இன்று வரை மத்திய அரசு செய்யவில்லை. பிறகு எங்கே இருந்து அருங்காட்சியம் அமைக்கப்படும்?"

"மூன்றாம்கட்ட அகழாய்வின் விவரங்களை ஆய்வாளர் ஸ்ரீராமன் தெரிவித்துள்ள பின்னணியில், அடுத்த என்ன செய்ய வேண்டும் என நீங்கள் நினைக்கிறீர்கள்?"

"திராவிட நாகரிகத்தின் மிக முக்கிய அடையாளம் 'கீழடி'; உலகின் மிக சிறப்புமிக்க இலக்கியத் தொகுதிகளில் ஒன்றான சங்க இலக்கியம் சொல்லும் மனித வாழ்வின் வளமையை நிரூபிக்கும் ஆதாரம். சுமார் 100 ஏக்கர் பரப்பளவில் கண்டறியப்பட்டுள்ள இந்தத் தொல்லியல் மேடு என்பது, நமது வரலாற்றுக்கு மிக மிக முக்கியமான இடம்.

இந்துத்துவா அரசியல் முழு விசையோடு வரலாற்றின் கட்டமைப்புகளைக் குழைத்துப் போட்டுக்கொண்டிருக்கும்

இன்றைய சூழ்நிலையில், கீழடியைப் பாதுகாப்பது, அதன் ஆய்வை அறிவியல்பூர்வமாக முன்னெடுத்துச் செல்வது மிக முக்கியம்.

தமிழகத்தில் உள்ள பலரும் சந்தேகப்பட்டதுபோலவே, இந்த ஆண்டு அகழாய்வு என்பது அவர்களின் அரசியல் நோக்கத்தை நிறைவேற்றும் பகுதியாக அமைந்துள்ளதைப் பார்க்கிறோம். ஓர் அகழாய்வில் எதுவும் கிடைக்கவில்லை என்பதை நிரூபிக்க, என்னென்ன வழிகள் உண்டோ, அத்தனையும் இந்த ஆண்டு செய்து முடித்துள்ளனர்.

எனவே, மிகுந்த விழிப்புஉணர்வோடு இதை அணுக வேண்டும். அகழாய்வு தொடர வேண்டும் என்பதைவிட திசை திருப்பப்பட்டுவிடக் கூடாது என்பதிலும் நாம் எச்சரிக்கையாக இருக்க வேண்டும். ஸ்ரீராமன் போன்ற ஆய்வாளர்கள், ஆய்வைத் திசைதிருப்பும் வேலையைச் செய்து முடிப்பார்கள் என்பது நிரூபிக்கப்பட்டுவிட்டது."

– 'தீக்கதிர்' நாளிதழில் வந்த நேர்காணல்

19

கீழடி - சூழ்ச்சிக்கு இரையாகும் வரலாறு

கீழடி அகழாய்வின் மூன்றாம் கட்டம், செப் 30-ம் தேதியோடு முடிவதாகக் கூறி, இந்த ஆண்டு ஆய்வைப் பற்றி அறிக்கையை வெளியிட்டுள்ளார் அகழாய்வு பொறுப்பாளர் ஸ்ரீராமன்.

மூன்றாம்கட்ட அகழாய்வு என்பது, மத்திய அரசு இயல்பாக தந்ததல்ல; தமிழ்ச் சமூகம் போராடிப் பெற்றது. விருப்பமின்றி தந்தவர்கள் அதன் பிறகு தங்களின் விருப்பத்தை நிறைவேற்ற தீவிரமாக வினையாற்றிவருகின்றனர்.

கீழடி அகழாய்வைத் தொடர அவர்களுக்கு விருப்பமில்லை. எனவே, மூன்றாம் ஆண்டுக்கான அனுமதியை திட்டவட்டமாக மறுத்தார்கள். நாடாளுமன்றத்திலும் மக்கள்மன்றத்திலும் தொடர்ச்சியாகக் கேள்விகள் எழுப்பப்பட்டபோது, இரண்டு ஆண்டுகள் நடந்த அகழாய்வைப் பற்றி அதன்

பொறுப்பாளர் அமர்நாத் இராமகிருஷ்ணன் அறிக்கை தரவில்லை என்று ஒரு காரணத்தைச் சொன்னார்கள்.

கீழடியோடு அகழாய்வு தொடக்கப்பட்ட இடம் குஜராத் - வாட்நகர், ராஜஸ்தானில் உள்ள பிஞ்ஜூர். இந்த இரண்டு இடங்களிலும் சென்ற டிசம்பர் மாதமே 2017-ம் ஆண்டு அகழாய்வு செய்வதற்கான உத்தரவை மத்திய தொல்லியல் துறை வழங்கிவிட்டது. ‘கீழடிக்கு அனுமதி வழங்காமல் இந்த இரு இடங்களுக்கு அனுமதி வழங்கப்பட்டது எவ்வாறு? அங்கு இடைக்கால அறிக்கை பெறப்பட்டதா?’ என்று கேள்வி எழுப்பப்பட்டபோது, ‘இல்லை, கீழடியில்தான் அதிக எண்ணிக்கையில் தொல்பொருள்கள் கிடைத்துள்ளன. எனவேதான் கீழடிக்கு மட்டும் அறிக்கை கேட்டுள்ளோம்’ என்று பதில் சொன்னார்கள். அனுமதியை மறுப்பதற்காக விதவிதமான காரணங்களைக் கண்டுபிடித்தனர்.

அதையும் மீறி, கடின உழைப்பு செலுத்தி அமர்நாத் இராமகிருஷ்ணன் குழுவினர் இடைக்கால அறிக்கையை வழங்கினார்கள். அதன் பிறகும் அனுமதி தர மனம் வரவில்லை. தொடர்ந்து எழுப்பப்பட்ட எதிர்ப்புக் குரல்களால் வேறு வழியின்றி பிப்;20-ம் தேதி இந்த ஆண்டுக்கான அனுமதியை வழங்கினர். ஆனால், நிதி எதுவும் வழங்கவில்லை. மார்ச் 17-ம் தேதி நிதியை வழங்கிவிட்டு, மார்ச் 24-ம் தேதி அமர்நாத் இராமகிருஷ்ணனை அசாமுக்கு இடமாற்றம் செய்தனர்.

ஆய்வுக்கான புதிய பொறுப்பாளராக நியமிக்கப்பட்ட ஸ்ரீராமன், ஏப்ரல் 24-ம் தேதி பொறுப்பேற்றுக்கொண்டு ஆய்வை தொடக்கி, இப்போது முடித்துவிட்டதாக அறிக்கை வெளியிட்டுள்ளார்.

தமிழகத்தில் பலரும் சந்தேகப்பட்டதுபோலவே கீழடி அகழாய்வை முடக்குவதற்கான அடித்தளமிடும் வேலையை அந்த அறிக்கை செய்துள்ளது. கடந்த இரண்டு ஆண்டுகள் நடந்த பணியோடு இந்த ஆண்டு நடந்துள்ள பணியை ஒப்பிட்டால், நடந்துள்ளது என்னவென்று எளிதில் புரிந்துகொள்ளலாம்.

கடந்த இரண்டு ஆண்டுகளாக 2,500 சதுரமீட்டர் பரப்பளவில் ஆய்வு மேற்கொள்ளப்பட்டது. ஆனால், இந்த ஆண்டு வெறும் 400 சதுரமீட்டர் பரப்பளவே ஆய்வு

மேற்கொள்ளப்பட்டுள்ளது. கடந்த இரண்டு ஆண்டுகளும் *102* அகழாய்வுக் குழிகள் தோண்டப்பட்டன. இந்த ஆண்டு தோண்டப்பட்டதோ வெறும் எட்டு குழிகள் மட்டும்தான். *(எட்டு குழிகளா பத்து குழிகளா?) Pl. check.*

அந்த எட்டு குழிகளில் ஒன்றுகூட இயற்கை மண் படிவம் *(Virgin soil)* வரை தோண்டப்படவில்லை. அதாவது ஒரு குழியைக்கூட முழுமையாகத் தோண்டவில்லை.

கடந்த ஆண்டு கண்டறியப்பட்ட தொழிற்கூடம் போன்ற பகுதியின் கட்டட அமைப்புகளின் தொடர்ச்சி தென் திசையில் நிலத்துக்குள் அமைந்திருந்தது. அதன் தொடர் கட்டட அமைப்பைக் கண்டறிய வேண்டுமென்றால், தென் திசையில் அகழாய்வுக் குழியை அமைத்திருக்க வேண்டும். ஆனால், தென் திசையில் ஒரு குழிகூட அமைக்காமல், நேர் எதிராக வட திசையில் மட்டுமே எட்டு குழிகளையும் தோண்டியுள்ளனர்.

கடந்த இரண்டு ஆண்டுகளும் கீழடி தொல்லியல் மேட்டின் வெவ்வேறு இடங்களாகத் தேர்வுசெய்து மொத்தம் ஒன்பது இடங்களில் அகழாய்வுக் குழிகளை அமைத்தனர். காரணம், ஓர் இடத்தில் தடயங்கள் கிடைக்காவிட்டாலும் இன்னோர் இடத்தில் கிடைக்கும் என்பதால். ஆனால், இந்த ஆண்டு ஒரே ஓர் இடத்தில் மட்டுமே எட்டு குழிகளையும்

தோண்டியுள்ளனர். இதைப் படிக்கும் ஒருவரால், இதில் நடந்துவரும் சூழ்ச்சியை எளிதில் புரிந்துகொள்ள முடியும்.

'இவ்வளவு குறைவான பகுதியில் மட்டுமே அகழாய்வுப் பணியை மேற்கொண்டுள்ளீர்களே ஏன்?' எனக் கேட்டதற்கு, மழையைக் காரணம் சொல்கிறார் ஸ்ரீராமன். அமர்நாத் இராமகிருஷ்ணன் ஆய்வு மேற்கொண்ட இரண்டு ஆண்டும் கீழடியில் மழையே பெய்யவில்லையா அல்லது இந்த ஆண்டு இடைவிடாமல் கீழடியில் தொடர் மழை பெய்ததா? சிவகங்கை மாவட்டமே கூச்சப்படும் அளவுக்கு ஒரு கண்டுபிடிப்பை மேற்கொண்டுள்ளார் ஸ்ரீராமன்.

'முதல் ஆண்டு (2015) அகழாய்வுப் பணியை மூன்று மாத கால தாமதத்துடன்தான் அமர்நாத் இராமகிருஷ்ணனால் தொடக்க முடிந்தது. அப்படியிருந்தும் அவரால் 43 அகழாய்வுக் குழிகளை அமைக்க முடிந்தது. ஆனால், இந்த ஆண்டு வெறும் எட்டு குழிகள் மட்டுமே தோண்ட முடிந்தது ஏன்?' என்று ஊடகங்கள் கேள்வி எழுப்பியதற்கு, "இங்கு நடப்பது *PWD* வேலை அல்ல" என்று பதிலளிக்கிறார் ஸ்ரீராமன்.

உண்மை என்னவென்றால், கடந்த இரண்டு ஆண்டுகளும் அகழாய்வுப் பணியில் ஈடுபடுத்தப்பட்ட தொழிலாளிகளின் எண்ணிக்கை, நாள் ஒன்றுக்கு சராசரியாக 80-க்கும் மேல் இருந்தனர். இந்த ஆண்டு சராசரியின் அளவு 20கூட இல்லை. அதாவது 'கீழடி அகழாய்வுக்கு அனுமதி கொடுக்க மறுத்தால்தானே நீங்கள் பிரச்னையை உருவாக்குவீர்கள்... அனுமதி கொடுத்துவிட்டு தோண்ட மறுத்தால் என்ன செய்வீர்கள்?' என்பதுதான் மத்திய அரசும் ஸ்ரீராமனும் நம்மைப் பார்த்துக் கேட்கும் கேள்வி.

இந்த ஆண்டு கண்டறியப்பட்டதில் 1,800-க்கும் மேற்பட்ட தொல்பொருள்கள் கிடைத்துள்ளன. அதில் 90 விழுக்காடு கண்ணாடியால் செய்யப்பட்டது என்று கூறும் அறிக்கை, 'இந்த இடத்தில் கட்டடங்கள் தொடர்ச்சியாகவோ அல்லது பரவலாகவோ கட்டப்படவில்லை' எனக் கூறுகிறது.

இதுதான் முக்கியமாக கவனிக்கவேண்டிய இடம். கீழடியின் சிறப்புமிக்க பங்களிப்பே, அங்கு கிடைத்துள்ள கட்டுமானங்கள்தான். சங்ககாலத்தில் இருந்த ஒரு நகர அமைப்பு முழுமையான கட்டட வடிவத்தில் இதுவரை

நமக்குக் கிடைக்கவில்லை. மிக விரிந்த அளவு கட்டட அமைப்புகள் முதல்முறையாக கீழடியில்தான் நமக்குக் கிடைத்துள்ளன.

முதல் ஆண்டு ஆய்வில் கிடைத்தவை எல்லாம் குடியிருப்புப் பகுதிகளாக இருந்தன. இரண்டாம் ஆண்டு ஆய்வில் பெரும் தொழிற்கூடம் கண்டறியப்பட்டது. ஆனால், இந்த ஆண்டு அதன் தொடர்ச்சியாக எந்தக் கட்டடப் பகுதியும் கிடைக்கவில்லை என்ற முடிவை நோக்கியே இந்த ஆய்வின் போக்கு, திட்டமிட்டு அமைக்கப்பட்டுள்ளது என்பதை மேற்கூறிய விஷயங்கள் மூலம் யாராலும் எளிதில் உணர முடியும்.

அதேபோல 'இந்த ஆண்டு சேகரிக்கப்பட்ட கரித்துகள் மாதிரிகளை கரிமப் பகுப்பாய்வுக்கு உட்படுத்தப்பட்டு, கால நிர்ணயம் செய்யப்படும்' என்று அறிவிக்கப்பட்டுள்ளது. இதுதான் இவர்கள் நினைத்ததை நடத்தப்போகும் இடம்.

கடந்த ஆண்டு அமர்நாத் இராமகிருஷ்ணன் குழு இருபது கரித்துகள் மாதிரிகளைச் சேகரித்து ஆய்வுக்கு அனுப்ப அனுமதி கேட்டது. ஆனால், மத்திய அரசோ வெறும் ஒரு லட்சம் ரூபாய் மட்டுமே ஒதுக்கி இரு மாதிரிகளை மட்டுமே

ஆய்வுக்கு அனுப்பியது. ‘ஆய்வுசெய்யப்பட்ட இரு கரித்துகள் மாதிரிகளின் காலம் கி.மு.200 மற்றும் கி.மு.195’ என்ற முடிவு வெளியானது.

கடந்த ஆண்டு நான்கரை மீட்டர் தோண்டப்பட்ட அகழாய்வுக் குழியின் நடுப்பகுதியில், அதாவது இரண்டாவது மீட்டரில் சேகரிக்கப்பட்ட கரித்துகள் மாதிரிகள்தான் அவை இரண்டும். அதற்குக் கீழே இரண்டரை மீட்டர் ஆழத்தில் சேகரிக்கப்பட்ட கரித்துகள் எல்லாம், இன்னும் ஆய்வுக்கு அனுப்பப்படாமலே வைக்கப்பட்டுள்ளன. அவை அனுப்பப்பட்டால், கீழடியின் காலநிர்ணயம் இன்னும் பின்னோக்கிப் போகும் என்பது யாவரும் அறிந்ததே.

இந்நிலையில் ஸ்ரீராமன் ‘இந்த ஆண்டு சேகரிக்கப்பட்ட கரித்துகளை கரிமப் பகுப்பாய்வுக்கு அனுப்பி காலநிர்ணயம் செய்யப்படும்’ என்று அறிவித்துள்ளார். ஒரு குழிகூட இயற்கை மண் படிவம் (*Virgin soil*) வரை தோண்டவில்லை. அப்படியிருக்க, இவர் எடுத்துள்ள கரித்துகள் மாதிரிகள் மேல்நிலையிலிருந்து எடுக்கப்பட்டவையாகத்தான் இருக்கும். அவை காலநிர்ணய ஆய்வுக்கு அனுப்பப்பட்டால் மிகவும் முன்தள்ளப்பட்ட காலத்தையே குறிக்கும். அதாவது கீழடியின் காலத்தை முன்தள்ளிக் கொண்டுவருவதற்கான ஏற்பாடாகவே இது இருக்கும்.